ಗರಿಕೆ

ಮತ್ತೆ ಚಿಗುರುವಾಕೆ

ದೇವಿಪ್ರಸಾದ ಶೆಟ್ಟಿ ಹೆಬ್ಬಾಗಿಲುಮನೆ

ಅರ್ಪಣೆ

ಬದುಕಿನ ಬಿಸಿಲಿಗೆ ಒಣಗದ ಗರಿಕೆಯಂತೆ
ತಮ್ಮತನವನ್ನು ಉಳಿಸಿಕೊಂಡು ಬೆಳೆದ
ಪ್ರತಿಯೊಬ್ಬ ಸ್ವಾಭಿಮಾನಿ ಹೆಣ್ಣಿಗೆ;
ಹಾಗೂ ಬೆರಳು ಹಿಡಿದು ಅಕ್ಷರ ತಿದ್ದಿಸಿದ ಅಮ್ಮ ಶಾರದೆಗೆ,
ಮತ್ತು ಅರಿವಿನ ದಾರಿ ತೋರಿದ ಜ್ಞಾನದೇವತೆ ಶಾರದಾಂಬೆಗೆ...
ಸವಿನಯ ಸಮರ್ಪಣೆ.

ಪೆನ್ನುಡಿ

ಬೆರಳುಗಳ ನಡುವೆ ಪೆನ್ನು ಹಿಡಿದು ಕಥೆಯನ್ನು ಕಟ್ಟುವ ಆಸೆ ನನಗೆ ಇಂದು ನಿನ್ನೆಯದಲ್ಲ ಆದರೆ, ಆ ಕನಸಿಗೆ ಜೀವ ತುಂಬಿ, 'ಗರಿಕೆ'ಯ ರೂಪದಲ್ಲಿ ನಿಮ್ಮ ಕೈಗಿಡಲು ಇಷ್ಟು ವರ್ಷಗಳೇ ಬೇಕಾದವು. ಹೌದು, ಇದು ನನ್ನ ಮೊದಲ ಕಾದಂಬರಿ. ಸಾಹಿತ್ಯದ ದೊಡ್ಡ ದೊಡ್ಡ ಪದಗಳಾಗಲೀ, ಶಬ್ದಗಳ ಗಾಂಭೀರ್ಯವಾಗಲೀ ಬರಹದ ಶೈಲಿಯ ಸರಿ ತಪ್ಪಿನ ಪರಿಚಯ ನನಗಿಲ್ಲ; ನನ್ನಲ್ಲಿದ್ದದ್ದು ಕೇವಲ ಒಂದು ಕಥೆಯನ್ನು ಹೇಳಲೇಬೇಕೆಂಬ ತವಕ ಮಾತ್ರ.

ನಮ್ಮ ಸುತ್ತಮುತ್ತ ಎಷ್ಟೋ ಹೆಣ್ಣುಮಕ್ಕಳನ್ನು ನಾವು ನೋಡುತ್ತೇವೆ. ಬಡತನದಲ್ಲಿ ಹುಟ್ಟಿ, ಸಂಬಂಧಗಳನ್ನು ನಂಬಿ ಮೋಸಹೋಗಿ, ಕಡೆಗೆ ಸಮಾಜದ ಕಣ್ಣಲ್ಲಿ ಅಪರಾಧಿಗಳಾಗಿ ಮೂಲೆಗುಂಪಾಗುವವರ ಕಥೆಗಳು ನಮಗೆ ಹೊಸದಲ್ಲ. ಆದರೆ, ಆ ಎಲ್ಲಾ ಕತ್ತಲನ್ನು ಸೀಳಿ, ತನ್ನ ಕರುಳಿನ ಕುಡಿಗಾಗಿ ಇಡೀ ಜಗತ್ತನ್ನೇ ಎದುರು ಹಾಕಿಕೊಂಡು ನಿಲ್ಲುವ ಕೆಲವೇ ಕೆಲವು ಸ್ತ್ರೀ ಶಕ್ತಿಯ ಛಲ ನನಗೆ ಈ ಕಥೆ ಬರೆಯಲು ಪ್ರೇರಣೆಯಾಯಿತು. ಗೌರಿ ಕೇವಲ ನನ್ನ ಕಲ್ಪನೆಯ ಕೂಸಲ್ಲ; ಅವಳು ನಮ್ಮ ಸಮಾಜದಲ್ಲಿ ಸದ್ದಿಲ್ಲದೆ ಹೋರಾಡುತ್ತಿರುವ ಎಷ್ಟೋ ಅನಾಮಧೇಯ ಹೆಣ್ಣುಮಕ್ಕಳ ಪ್ರತಿನಿಧಿ. ಯಾರು ಅವಳನ್ನು 'ಕಸ' ಎಂದು ತುಳಿದು ಬಿಸಾಕಿದರೋ, ಅವರೆಲ್ಲರ ಮುಂದೆಯೇ ಅವಳು 'ಗರಿಕೆ'ಯಾಗಿ ಚಿಗುರಿ ನಿಂತು,

ಅನ್ನಪೂರ್ಣೆಯಾಗಿ ಬೆಳೆದ ಪರಿಯನ್ನು ಬರೆಯುವಾಗ ನಾನೇ ಎಷ್ಟೋ ಬಾರಿ ಭಾವುಕನಾಗಿದ್ದೇನೆ. ತಪ್ಪು ಮಾಡಿದವನು ಎಷ್ಟೇ ಶ್ರೀಮಂತನಾಗಿದ್ದರೂ, ಕಾಲ ಮತ್ತು ಕರ್ಮ ಅವನನ್ನು ಬೆತ್ತಲಾಗಿಸದೆ ಬಿಡುವುದಿಲ್ಲ ಎಂಬ ನೈಸರ್ಗಿಕ ಸತ್ಯವನ್ನು ಈ ಕಥೆಯ ಮೂಲಕ ಹೇಳುವ ಪುಟ್ಟ ಪ್ರಯತ್ನ ಮಾಡಿದ್ದೇನೆ.

ಒಬ್ಬ ಹೊಸಬನಾಗಿ ಈ ಪುಸ್ತಕವನ್ನು ಬರೆಯುವಾಗ ನನ್ನೊಳಗೆ ಸಾಕಷ್ಟು ಅಳುಕಿತ್ತು. 'ನನ್ನ ಭಾಷೆ ಜನರಿಗೆ ತಲುಪುತ್ತದಾ?', 'ಈ ಕಥೆಯ ಭಾವನೆಗಳು ಓದುಗರ ಹೃದಯಕ್ಕೆ ನಾಟುತ್ತದಾ?'ಎಂಬ ಪ್ರಶ್ನೆಗಳು ನನ್ನನ್ನು ಸದಾ ಕಾಡುತ್ತಿದ್ದವು. ಆದರೆ, ಒಮ್ಮೆ ಗೌರಿಯ ಪಾತ್ರ ನನ್ನನ್ನು ಆವರಿಸಿಕೊಂಡ ಮೇಲೆ, ಅವಳೇ ನನ್ನ ಕೈಹಿಡಿದು ಈ ಕಥೆಯನ್ನು ಪೂರ್ಣಗೊಳಿಸಿದಳು ಅನ್ನಿಸುತ್ತದೆ. ಅವಳ ಕಣ್ಣೀರು, ಅವಳ ಹಸಿವು, ಅವಳ ಸಿಟ್ಟು ಎಲ್ಲವೂ ನನ್ನದೇ ಆಗಿಹೋಗಿತ್ತು. ಇಲ್ಲಿ ನಾನು ಲೇಖಕನಾಗಿ ಬರೆದಿಲ್ಲ, ಬದಲಾಗಿ ಬದುಕಿನ ಬವಣೆಗಳನ್ನು ಹತ್ತಿರದಿಂದ ಕಂಡ ಒಬ್ಬ ಸಾಮಾನ್ಯ ವೀಕ್ಷಕನಾಗಿ ಬರೆದಿದ್ದೇನೆ.

ಈ ಪುಸ್ತಕ ನಿಮ್ಮ ಕೈಯಲ್ಲಿದೆ ಎಂದರೆ, ಅದಕ್ಕೆ ನನ್ನ ತಾಯಿ ನನ್ನ ಆಪ್ತರ, ಬೆಂಬಲಿಸಿದವರ ಪ್ರೀತಿಯೇ ಕಾರಣ. ಅವರೆಲ್ಲರಿಗೂ ನನ್ನ ಮೌನ ನಮಸ್ಕಾರಗಳು. ಇದು ನನ್ನ ಮೊದಲ ಹೆಜ್ಜೆ. ನಡೆಯುವಾಗ ಎಡವಿರಬಹುದು, ಭಾಷೆಯ ಪ್ರಯೋಗದಲ್ಲಿ ಸಣ್ಣಪುಟ್ಟ ತಪ್ಪುಗಳಾಗಿರಬಹುದು. ಆದರೆ, ಈ ಕಥೆಯ ಹಿಂದಿರುವ ಪ್ರಾಮಾಣಿಕತೆಯನ್ನು ನೀವು ಅರ್ಥಮಾಡಿಕೊಳ್ಳುತ್ತೀರಿ ಎಂಬ

ನಂಬಿಕೆ ನನಗಿದೆ. ಗೌರಿಯ ಹೋರಾಟ ನಿಮ್ಮ ಮನಸ್ಸಿನಲ್ಲಿ ಒಂದು ಕ್ಷಣವಾದರು ಯೋಚಿಸುವಂತೆ ಮಾಡಿದರೆ, ನನ್ನ ಈ ಪ್ರಯತ್ನ ಸಾರ್ಥಕವಾಯಿತು ಎಂದು ಭಾವಿಸುತ್ತೇನೆ.

ನಾನು ಬರೆಯಲಾರಂಭಿಸಿದ ಪ್ರತಿಯೊಂದು ಅಕ್ಷರದ ಹಿಂದೆಯೂ ನನ್ನ ಶಾಲಾ ದಿನಗಳ ನೆನಪಿದೆ. ನನ್ನ ಬರವಣಿಗೆಯ ಆಸಕ್ತಿಗೆ ಅಡಿಪಾಯ ಹಾಕಿಕೊಟ್ಟ ನನ್ನ ಶಾಲಾ ಪತ್ರಿಕೆ 'ಬಣ್ಣದ ಗರಿ'ಗೆ ನನ್ನ ಹೃತ್ಪೂರ್ವಕ ಕೃತಜ್ಞತೆಗಳು.

ನನ್ನ ಈ ಮೊದಲ ಕೃತಿಯನ್ನು ನಿಮ್ಮ ಮಡಿಲಿಗೆ ಹಾಕುತ್ತಿದ್ದೇನೆ; ತಪ್ಪುಗಳಿದ್ದರೆ ತಿದ್ದಿ, ಇಷ್ಟವಾದರೆ ಹೃದಯಕ್ಕೆ ಹತ್ತಿರ ಮಾಡಿಕೊಳ್ಳಿ.

"ಬೆಟ್ಟದ ಮೇಲಿನ ಹೂವು ದೇವರಿಗೆ, ಕಣಿವೆಯೊಳಗಿನ ಹೂವು ಕಸಕ್ಕೆ. ಆದರೆ ಎರಡೂ ಬಾಡುವುದು ಒಂದೇ ಸೂರ್ಯನ ಕೆಳಗೆ."

ಪಶ್ಚಿಮ ಘಟ್ಟದ ದಟ್ಟ ಕಾನನದ ನಡುವೆ ಹುದುಗಿದ್ದ ಪುಟ್ಟ ಹಳ್ಳಿ 'ಮಲೆಗದ್ದೆ'. ಆಕಾಶವೇ ತೂತು ಬಿದ್ದಿದೆಯೇನೋ ಎಂಬಂತೆ ಎಡಬಿಡದೆ ಸುರಿಯುತ್ತಿದ್ದ ಮಳೆ, ಊರಿನ ಹಾದಿ ಬೀದಿಗಳನ್ನೆಲ್ಲ ಕೆಸರು ಗದ್ದೆಯನ್ನಾಗಿ ಮಾರ್ಪಡಿಸಿತ್ತು. ಸಂಜೆಯ ಕತ್ತಲು ಆವರಿಸುತ್ತಿದ್ದಂತೆ, ಮಳೆಯ ಆರ್ಭಟಕ್ಕೆ ಬೆರೆತ ಕಪ್ಪೆಗಳ ವಟಗುಟ್ಟುವಿಕೆ ಮತ್ತು ಆಗಾಗ್ಗೆ ಕೇಳುವ ಮಿಂಚಿನ ಸದ್ದು ಆ ವಾತಾವರಣದ ಭಯಾನಕತೆಯನ್ನು ಹೆಚ್ಚಿಸುತ್ತಿತ್ತು. ಇಲ್ಲಿ ಪ್ರಕೃತಿ ಕೇವಲ ಸೌಂದರ್ಯವಲ್ಲ, ಅದು ಬದುಕಿನ ಕಠಿಣ ಸತ್ಯವೂ ಹೌದು. ಮನುಷ್ಯ ಇಲ್ಲಿ ಬದುಕಬೇಕಾದರೆ ಪ್ರಕೃತಿಯನ್ನು ಪ್ರೀತಿಸುವುದಕ್ಕಿಂತ ಹೆಚ್ಚಾಗಿ ಅದರೊಂದಿಗೆ ಹೋರಾಡಬೇಕು. ಕಾನನದ ಹಸಿರು ಕಣ್ಣಿಗೆ ತಂಪಾದರೂ, ಹೊಟ್ಟೆಯ ಹಸಿವಿಗೆ ಆ ಹಸಿರು ಅನ್ನವಾಗುವುದಿಲ್ಲ ಎಂಬುದು ಮಲೆಗದ್ದೆಯ ಪ್ರತಿಯೊಂದು ಮಣ್ಣಿನ ಕಣಕ್ಕೂ ತಿಳಿದಿತ್ತು.

ಆ ಊರಿನ ಕೊನೆಯಲ್ಲಿ, ಗುಡ್ಡದ ಅಂಚಿಗೆ ತಾಗಿಕೊಂಡಂತೆ ಇದ್ದ ಒಂಟಿ ಹಂಚಿನ ಮನೆ ಗೌರಿಯದು. ಶತಮಾನಗಳ ಮಳೆ-

ಬಿಸಿಲನ್ನು ಕಂಡ ಹಳೆಯ ಗೋಡೆಗಳು ಮಳೆಯ ಏಟಿಗೆ ಅಲ್ಲಲ್ಲಿ ಬಿರುಕು ಬಿಟ್ಟಿದ್ದವು. ಹಂಚುಗಳ ನಡುವಿನಿಂದ ಇಳಿಯುತ್ತಿದ್ದ ಮಳೆನೀರು, ಮನೆಯೊಳಗಿನ ಮಣ್ಣಿನ ನೆಲದ ಮೇಲೆ 'ಟಪ್... ಟಪ್...' ಎಂದು ಸದ್ದು ಮಾಡುತ್ತಾ, ಅಲ್ಲಿನ ಬಡತನದ ರಾಗಕ್ಕೆ ತಾಳ ಹಾಕುತ್ತಿದ್ದಂತೆ ಭಾಸವಾಗುತ್ತಿತ್ತು. ಆ ಸದ್ದಿಗೆ ಹೊಂದಿಕೊಂಡಂತೆ ಅಲ್ಲಲ್ಲಿ ಅಲ್ಯೂಮಿನಿಯಂ ಮತ್ತು ಹಿತ್ತಾಳೆ ಪಾತ್ರೆಗಳನ್ನು ಜೋಡಿಸಿಡಲಾಗಿತ್ತು. ಆ ಪಾತ್ರೆಗಳು ಬಡತನದ ಬಾಯಿಗಳಂತೆ ಆಕಾಶದ ನೀರಿಗಾಗಿ ಕಾಯುತ್ತಿದ್ದವು. ಹರಿದ ಕಂಬಳಿಗಳ ಒಳಗೆ ಬಚ್ಚಿಟ್ಟುಕೊಂಡಿದ್ದ ಬಡತನ, ಆ ಮಳೆಯ ಸದ್ದಿಗೂ ನಡುಗುತ್ತಿತ್ತು.

ಗೌರಿ, ಕೇವಲ ಇಪ್ಪತ್ತು ವಸಂತಗಳನ್ನು ಕಂಡ ತರುಣಿ. ಆದರೆ ಅವಳ ಕಣ್ಣುಗಳಲ್ಲಿ ನೂರಾರು ವರ್ಷಗಳ ನೋವು, ಅನುಭವ ಮತ್ತು ಅಸಹಾಯಕತೆ ಮಡುಗಟ್ಟಿತ್ತು. ಎಣ್ಣೆ ಕಾಣದ ತಲೆಕೂದಲು, ಬಣ್ಣ ಮಾಸಿದ ಲಂಗ ದಾವಣಿ, ಕೈಯಲ್ಲಿ ಸದಾ ಏನಾದರೊಂದು ಕೆಲಸ ಇದೇ ಗೌರಿಯ ಗುರುತು. ಅವಳ ಮುಖದಲ್ಲಿ ಸೌಂದರ್ಯಕ್ಕಿಂತ ಹೆಚ್ಚಾಗಿ ವಿಷಾದವೇ ಎದ್ದು ಕಾಣುತ್ತಿತ್ತು. ಅವಳದು ಮಲೆನಾಡಿನ ಹಸಿರು ಅಡಿಕೆ ಮರದಂತಹ ನಿಲುವು; ನೇರ, ಗಟ್ಟಿ, ಆದರೆ ಎಷ್ಟೇ ಗಾಳಿ ಬಂದರೂ ಬಾಗುವ ಗುಣ.

"ಮಳೆ... ಈ ಮಳೆಗಾಲ ಯಾವಾಗ ಮುಗಿಯುತ್ತೆ? ಅಪ್ಪ ಹೋದ ಮೇಲೆ ಈ ಮಳೆ ಕೂಡ ವೈರಿಯಂತೆ ಕಾಣ್ತಿದೆ. ಅಪ್ಪ ಇದ್ದಾಗ ಮಳೆ ಬಂದ್ರೆ ಸಂಭ್ರಮ ಇತ್ತು. ಅವರು ಕೊಡೆ ಹಿಡಿದು

ಬರ್ತಾರೆ, ಬಿಸಿ ಬಿಸಿ ಬೋಂಡಾ ತರ್ತಾರೆ ಅಂತ ಕಾಯ್ತಿದ್ವಿ. ಈಗ? ಈಗ ಮಳೆ ಬಂದ್ರೆ ಮಾಡಿನ ತೂತು ಮುಚ್ಚೋ ಚಿಂತೆ. ಅಮ್ಮನ ಕೆಮ್ಮು ಜಾಸ್ತಿ ಆಗೋ ಚಿಂತೆ, ಒಂದಾ ಎರಡಾ .. ದೇವರೇ, ಬಡವರಿಗೆ ಮಾತ್ರ ಯಾಕೆ ಇಂಥ ಪರೀಕ್ಷೆ? ಪ್ರಕೃತಿ ಕೂಡ ಬಡವರ ಮೇಲೆ ದ್ವೇಷ ಸಾಧಿಸುತ್ತಾ? ಅಥವಾ ನಮ್ಮ ಕಣ್ಣೀರು ಕಾಣದಿರಲಿ ಅಂತ ತಾನೂ ಅಳುತ್ತಾ? ಗೊತ್ತಿಲ್ಲ... ಬದುಕೇ ಒಂದು ದೊಡ್ಡ ಪ್ರಶ್ನಾರ್ಥಕ ಚಿಹ್ನೆ ಉತ್ತರ ಯಾರನ್ನ ಅಂತ ಕೇಳೋದು."

ಮನೆಯ ಮೂಲೆಯಲ್ಲಿ ಹಳೆಯ ನಾರಿನ ಮಂಚದ ಮೇಲೆ ಮಲಗಿದ್ದ ಅವಳ ತಾಯಿ ಪಾರ್ವತಮ್ಮ, ಎದೆಯಾಳದಿಂದ ಕೆಮ್ಮುತ್ತಿದ್ದರು. ಆ ಕೆಮ್ಮಿನ ಸದ್ದು ಮನೆಯ ಗೋಡೆಗಳಿಗೆ ಬಡಿದು ಪ್ರತಿಧ್ವನಿಸುತ್ತಿತ್ತು. ಚಳಿಯ ತೀವ್ರತೆಗೆ ನಡುಗುತ್ತಿದ್ದ ಅವರು, "ಗೌರೀ... ಸ್ವಲ್ಪ ಬಿಸಿ ನೀರು ಕೊಡ್ತೀಯಾ ಮಗ? ಗಂಟಲು ಒಣಗಿ ಹೋಗ್ತಿದೆ," ಎಂದು ಕ್ಷೀಣ ಸ್ವರದಲ್ಲಿ ಕೇಳಿದರು.

ಅಡುಗೆ ಮನೆಯ ಮೂಲೆಯಲ್ಲಿ ಉರಿಯುತ್ತಿದ್ದ ಒಲೆಯ ಮುಂದೆ ಕುಳಿತಿದ್ದ ಗೌರಿ, ತಾಯಿಯ ಕರೆ ಕೇಳಿದ ತಕ್ಷಣ ಎದ್ದು ಬಂದಳು. ಒಲೆಯ ಮೇಲಿದ್ದ ಮಡಿಕೆಯಿಂದ ಕುದಿಯುತ್ತಿದ್ದ ಜೀರಿಗೆ ನೀರನ್ನು ಸ್ಟೀಲ್ ಲೋಟಕ್ಕೆ ಸುರಿದು, ತಣ್ಣನೆಯ ಗಾಳಿಗೆ ಸ್ವಲ್ಪ ಆರಿಸಿ ತಂದಳು. ತಾಯಿಯ ತಲೆಯನ್ನು ಮೆಲ್ಲಗೆ ಎತ್ತಿ ಹಿಡಿದು, "ಅಮ್ಮ, ತಗೋ. ಬಿಸಿ ಇದೆ, ನಿಧಾನಕ್ಕೆ ಕುಡಿ," ಎಂದು ಮಮತೆಯಿಂದ ನುಡಿದಳು. ಅವಳ ಸ್ಪರ್ಶದಲ್ಲಿ ತಾಯಿಯ ಮೇಲಿನ ಪ್ರೀತಿ ಮತ್ತು ಕಾಳಜಿ ಎದ್ದು ಕಾಣುತ್ತಿತ್ತು.

ಪಾರ್ವತಮ್ಮ ನೀರು ಕುಡಿದು ನಿಟ್ಟುಸಿರು ಬಿಟ್ಟರು. ಅವರ ಕಣ್ಣುಗಳಲ್ಲಿ ನೀರು ತುಂಬಿತ್ತು. "ನನ್ನಿಂದ ನಿನಗೆ ಎಷ್ಟು ಕಷ್ಟ ಮಗ? ಈ ವಯಸ್ಸಲ್ಲಿ ನೀನು ನಲಿಯಬೇಕಿತ್ತು. ಆದ್ರೆ ಈ ರೋಗಿಷ್ಠ ತಾಯಿಯ ಸೇವೆ ಮಾಡ್ಕೊಂಡು, ಸಂಸಾರ ನೋಡ್ಕೊಂಡು..." ಮಾತು ಪೂರ್ಣಗೊಳಿಸಲಾಗದೆ ಅವರು ಮತ್ತೆ ಕೆಮ್ಮಲಾರಂಭಿಸಿದರು.

"ಅಮ್ಮ, ಸುಮ್ಮನಿರು. ನಿನ್ನ ಸೇವೆ ಮಾಡೋದು ಕಷ್ಟಾನಾ? ಅಪ್ಪ ಹೋದ ಮೇಲೆ ನಿನ್ನ ಬಿಟ್ಟು ನಮಗೆ ಯಾರಿದ್ದಾರೆ?," ಗೌರಿ ತಾಯಿಯ ಕೈ ಹಿಡಿದು ಸಮಾಧಾನ ಪಡಿಸಿದಳು.

ಪಕ್ಕದಲ್ಲೇ ನೆಲದ ಮೇಲೆ ಹರಡಿದ್ದ ಹಳೆಯ ಚಾಪೆಯ ಮೇಲೆ, ತಮ್ಮ ಮಂಜ ಮತ್ತು ತಂಗಿ ಕಾವ್ಯಾ ಹಳೆಯ ಕಂಬಳಿಯೊಳಗೆ ಇಬ್ಬರೂ ಚಳಿ ತಾಳಲಾರದೆ ಮುದುರಿಕೊಂಡಿದ್ದರು. ಮಳೆಗಾಲದ ಚಳಿ ಅವರ ಎಳೆಯ ದೇಹಗಳನ್ನು ಕೊರೆಯುತ್ತಿತ್ತು. ಗೌರಿಗೆ ತನ್ನ ತಂದೆ ನೆನಪಾದರು. ಊರಿನ ಸರ್ಕಾರಿ ಶಾಲೆಯಲ್ಲಿ ಜವಾನರಾಗಿದ್ದ ರಾಮಪ್ಪ, ಹೋದ ವರ್ಷ ಇದೇ ಮಳೆಗಾಲದಲ್ಲಿ ವಿಷಮಶೀತ ಜ್ವರಕ್ಕೆ ತುತ್ತಾಗಿ, ಚಿಕಿತ್ಸೆ ಫಲಕಾರಿಯಾಗದೆ ಇಹಲೋಕ ತ್ಯಜಿಸಿದ್ದರು. ಅವರ ಸಾವು ಮನೆಯ ಆಧಾರಸ್ತಂಭವನ್ನೇ ಮುರಿದು ಹಾಕಿತ್ತು. ಅಪ್ಪನ ಕೊನೆಯುಸಿರಿನ ಜೊತೆಗೇ ಮನೆಯ ನಗುವೂ ಅಡಗಿಹೋಗಿತ್ತು.

ರಾತ್ರಿ ಊಟದ ಸಮಯ. ಗೌರಿ ಇದ್ದ ಅಲ್ಪ ಸ್ವಲ್ಪ ಅನ್ನವನ್ನು ಮತ್ತು ತಿಳಿ ಸಾರನ್ನು ಬಡಿಸಿದಳು. ಮಂಜ ಮತ್ತು ಕಾವ್ಯಾ

ಹಸಿದವರಂತೆ ತಿನ್ನಲಾರಂಭಿಸಿದರು. ಗೌರಿ ಮಾತ್ರ ತನಗೆ ಹಸಿವಿಲ್ಲ ಎಂದು ಸುಳ್ಳು ಹೇಳಿ, ಮಿಕ್ಕಿದ್ದನ್ನು ತಾಯಿಗೆ ತಿನ್ನಿಸಿದಳು. ತಾನು ನೀರು ಕುಡಿದು ಮಲಗಿದಳು. ಹಸಿವು ಹೊಟ್ಟೆಯನ್ನು ಕೊರೆಯುತ್ತಿದ್ದರೂ, ಮನಸ್ಸಿನ ಭಾರ ಅದಕ್ಕಿಂತ ಹೆಚ್ಚಾಗಿತ್ತು. ಹಸಿವು ಬರೀ ಹೊಟ್ಟೆಯದಲ್ಲ, ಅದು ಭವಿಷ್ಯದ ಬಗೆಗಿನ ಹಸಿವಾಗಿತ್ತು.

ಮಧ್ಯರಾತ್ರಿ ಮಳೆ ಸ್ವಲ್ಪ ಬಿಡುವು ನೀಡಿತ್ತು. ಆದರೆ ಗೌರಿಯ ಕಣ್ಣಲ್ಲಿ ನಿದ್ರೆ ಸುಳಿಯಲಿಲ್ಲ. ಕತ್ತಲೆಯಲ್ಲಿ ಅವಳ ಆಲೋಚನೆಗಳು ಸುಳಿಯಂತೆ ಸುತ್ತುತ್ತಿದ್ದವು.

ಅಪ್ಪನ ಸಾವು... ಅಂದು ಸ್ಮಶಾನದಲ್ಲಿ ಬೆಂಕಿ ಉರಿಯುವಾಗ ಅನಿಸಿತ್ತು, ಕೇವಲ ಅಪ್ಪನ ದೇಹ ಸುಡುತ್ತಿಲ್ಲ, ನಮ್ಮ ಭವಿಷ್ಯವೂ ಸುಡುತ್ತಿದೆ ಅಂತ. ಊರಿನ ಸಾಹುಕಾರರು ಬಂದು 'ಸಾಲ ತೀರಿಸು' ಅಂತ ಗದರಿಸಿದಾಗ, ಅಮ್ಮ ಅತ್ತಿದ್ದು ಇನ್ನೂ ಕಣ್ಣಿಗೆ ಕಟ್ಟಿದ ಹಾಗಿದೆ. ಬಡತನ ಅನ್ನೋದು ಶಾಪನಾ ಅಥವಾ ಪರೀಕ್ಷೆನಾ? ತಿಳಿದವರು ಹೇಳ್ತಾರೆ 'ಬಡತನದ ಬೇಗೆಯಲ್ಲಿ ಬೆಂದವನೇ ಬಂಗಾರ' ಅಂತ. ಆದರೆ ಬಂಗಾರ ಆಗೋಕೆ ಬೆಂಕಿಯಲ್ಲಿ ಎಷ್ಟು ದಿನ ಬೇಯಬೇಕು? ಬೂದಿ ಆಗೋವರೆಗೂ ಬೇಯಬೇಕಾ? ದೇವರಿಗೆ ನಾವು ಬೂದಿಯಾದ ಮೇಲಷ್ಟೇ ಕರುಣೆ ಬರುತ್ತದಾ?

"ಅಕ್ಕಾ..." ಕಂಬಳಿಯೊಳಗಿಂದ ಮಂಜನ ದನಿ ಬಂತು. ಅವನು ಎಚ್ಚರವಾಗಿಯೇ ಇದ್ದಾನೆ ಎಂದು ಗೌರಿಗೆ ತಿಳಿಯಿತು.

"ಏನೋ ಮಂಜ? ನಿದ್ದೆ ಬರ್ಲಿಲ್ವಾ?"

"ನಾಳೆ ಶಾಲೆಗೆ ಫೀಸ್ ಕಟ್ಟಬೇಕಂತೆ. ಮೇಷ್ಟು ಹೇಳಿದ್ರು. ಕಟ್ಟಿಲ್ಲ ಅಂದ್ರೆ ಕ್ಲಾಸ್ ಇಂದ ಹೊರಗೆ ನಿಲ್ಲಿಸ್ತಾರಂತೆ. ನಂಗೆ ನಾಚಿಕೆ ಆಗುತ್ತೆ ಅಕ್ಕಾ," ಮಂಜನ ದನಿಯಲ್ಲಿ ಅಳುಕಿತ್ತು.

ಗೌರಿಯ ಎದೆಗೆ ಯಾರೋ ಚೂರಿ ಹಾಕಿದಂತಾಯಿತು. ಬುದ್ಧಿವಂತನಾದ ತಮ್ಮ ಓದಬೇಕು, ದೊಡ್ಡ ಅಧಿಕಾರಿಯಾಗಬೇಕು ಎಂಬುದು ಅಪ್ಪನ ಕನಸಾಗಿತ್ತು. ಆದರೆ ಈಗ ಐವತ್ತು ರೂಪಾಯಿ ಫೀಸ್ ಕಟ್ಟಲೂ ಪರದಾಡುವ ಸ್ಥಿತಿ. ಮನೆಯಲ್ಲಿ ಅಕ್ಕಿಯ ಡಬ್ಬಿ ಖಾಲಿಯಾಗುವ ಹಂತದಲ್ಲಿತ್ತು. ತಂದೆ ಬಿಟ್ಟು ಹೋದ ಅಲ್ಪ ಸ್ವಲ್ಪ ಹಣವೂ ತಾಯಿಯ ಔಷಧಿಗೇ ಖರ್ಚಾಗಿ ಹೋಗಿತ್ತು. ಪಕ್ಕದ ಮನೆಯವರಿಂದ ಸಾಲ ಕೇಳಿ ಕೇಳಿ ಸಾಕಾಗಿತ್ತು. ಸ್ವಾಭಿಮಾನ ಎಂಬುದು ಬಡವನಿಗೆ ಐಷಾರಾಮಿ ವಸ್ತು ಇದ್ದಂತೆ ಅದನ್ನು ಉಳಿಸಿಕೊಳ್ಳಲು ಹೋದರೆ ಹೊಟ್ಟೆ ತುಂಬಲ್ಲ.

"ಚಿಂತೆ ಮಾಡಬೇಡ ಮಂಜ. ನಾನು ನೋಡ್ಕೊಳ್ತೀನಿ. ನಾಳೆ ಹೇಗಾದ್ರೂ ಮಾಡಿ ದುಡ್ಡು ಹೊಂದಿಸ್ತೀನಿ," ಎಂದು ಕತ್ತಲೆಯಲ್ಲೇ ಭರವಸೆ ನೀಡಿದಳು. ಆದರೆ ಆ ಭರವಸೆಯನ್ನು ಹೇಗೆ ಉಳಿಸಿಕೊಳ್ಳುವುದು ಎಂಬ ಉತ್ತರ ಅವಳ ಬಳಿ ಇರಲಿಲ್ಲ. ಆ ರಾತ್ರಿ ಗೌರಿ ದಿಂಬಿನಲ್ಲಿ ಮುಖ ಹುದುಗಿಸಿ ಕಣ್ಣೀರು ಸುರಿಸಿದಳು. ಅವಳ ಕಣ್ಣೀರು ಯಾರಿಗೂ ಕಾಣಲಿಲ್ಲ, ಕೇವಲ ಆ ಹಳೆಯ ಮನೆಯ ಕತ್ತಲೆಗೆ ಮಾತ್ರ ಗೊತ್ತು ಅವಳ ನೋವು.

ಮಾರನೇ ದಿನ ಬೆಳಿಗ್ಗೆ ಮಳೆ ಬಿಡುವು ನೀಡಿತ್ತು. ಸೂರ್ಯನ ಕಿರಣಗಳು ಮೋಡಗಳ ನಡುವಿನಿಂದ ಇಣುಕಿ ನೋಡುತ್ತಿದ್ದವು.

ಗೌರಿ ಬೇಗನೆ ಎದ್ದು, ಸ್ನಾನ ಮುಗಿಸಿ, ದೇವರ ಮುಂದೆ ಕೈ ಮುಗಿದಳು. "ದೇವರೇ, ದಾರಿ ತೋರಿಸು," ಎಂದು ಬೇಡಿಕೊಂಡಳು. ಆದರೆ ದೇವರ ವಿಗ್ರಹ ಮೌನವಾಗಿತ್ತು. ಕಲ್ಲಿನ ದೇವರಿಗೆ ಬಡವರ ಕೂಗು ಕೇಳುವುದೇ ಇಲ್ಲವೇನೋ?

ಅವಳು ನೇರವಾಗಿ ಪಂಚಾಯಿತಿ ಕಚೇರಿಯತ್ತ ಹೆಜ್ಜೆ ಹಾಕಿದಳು. ಅಲ್ಲಿ ಏನಾದರೂ ಕೆಲಸ ಸಿಗಬಹುದೇ, ಅಥವಾ ಬಡವರಿಗೆ ಸಿಗುವ ಯಾವುದಾದರೂ ಸಹಾಯಧನ ಸಿಗಬಹುದೇ ಎಂಬ ಆಸೆ ಅವಳದು. ಕೆಸರು ತುಂಬಿದ ರಸ್ತೆಯಲ್ಲಿ ಚಪ್ಪಲಿ ಇಲ್ಲದ ಕಾಲುಗಳಲ್ಲಿ ನಡೆಯುತ್ತಾ, ಅವಳು ಪಂಚಾಯಿತಿ ಕಚೇರಿ ತಲುಪಿದಳು. ಅಲ್ಲಿನ ವಾತಾವರಣ ಅವಳಿಗೆ ಅಪರಿಚಿತವಾಗಿತ್ತು. ಗಂಡಸರ ಲೋಕವದು. ಬೀಡಿ ಸೇದುತ್ತಾ, ರಾಜಕೀಯ ಮಾತನಾಡುತ್ತಾ ಕುಳಿತಿದ್ದವರ ಮಧ್ಯೆ ಒಬ್ಬಂಟಿ ಹೆಣ್ಣು ಮಗಳು ನಡೆಯುವುದು ಎಂದರೆ, ಜಿಂಕೆ ಹುಲಿಗಳ ಗುಂಪಿನ ಮಧ್ಯೆ ನಡೆದಂತೆ.

ಅಲ್ಲಿ ಗುಮಾಸ್ತನಾಗಿ ಕೆಲಸ ಮಾಡುತ್ತಿದ್ದವನು ರಂಗಣ್ಣ. ಊರಿನ ಜಮೀನ್ದಾರರ ಬಲಗೈ ಬಂಟನಂತಿದ್ದ. ಗೌರಿಯನ್ನು ಕಂಡಾಗ ಅವನ ಮುಖದಲ್ಲಿ ಒಂದು ವಿಚಿತ್ರ ನಗು ಮೂಡಿತು.

"ಏನ್ ಗೌರಿ? ಪಂಚಾಯ್ತಿ ಕಡೆಗೆ? ಏನು ಸಮಾಚಾರ?" ಎಂದು ಜಗಿಯುತ್ತಿದ್ದ ಎಲೆ ಅಡಿಕೆಯನ್ನು ಉಗಿಯುತ್ತಾ ಕೇಳಿದ.

"ಅಣ್ಣಾ, ಪಂಚಾಯಿತಿಯಿಂದ ಏನಾದ್ರೂ ಸಹಾಯ ಸಿಗುತ್ತಾ ಅಂತ ಕೇಳೋಕೆ ಬಂದೆ. ಅಮ್ಮನಿಗೆ ಹುಷಾರಿಲ್ಲ, ತಮ್ಮನ ಫೀಸ್ ಕಟ್ಟಬೇಕು..." ಗೌರಿ ತಲೆ ತಗ್ಗಿಸಿ, ನೆಲ ನೋಡುತ್ತಾ ಕೇಳಿದಳು.

ರಂಗಣ್ಣ ಮೇಜಿನ ಮೇಲಿದ್ದ ಫೈಲ್ ಬದಿಗೆ ಸರಿಸಿ, ಕಣ್ಣಾಲೆಗಳನ್ನು ಕಿರಿದಾಗಿಸಿದ. ಅವನ ನೋಟ ಅವಳ ಹರಿದ ಲಂಗದ ಅಂಚಿನಿಂದ ಮೇಲೇರಿ ಮುಖದ ಮೇಲೆ ನೆಲೆಸಿತು. "ಸರ್ಕಾರದ ದುಡ್ಡು ಯಾರದೋ ಅಪ್ಪನ ಮನೆ ಗಂಟಲ್ಲ ತಾಯಿ. ಅದಕ್ಕೆಲ್ಲಾ ನಿಯಮಗಳಿವೆ," ಎಂದ. ನಂತರ ಧ್ವನಿಯನ್ನು ತಗ್ಗಿಸಿ, ಅವಳತ್ತ ಸ್ವಲ್ಪ ವಾಲಿದ. "ಆದರೆ... ಕಷ್ಟ ಅಂತ ಬಂದವರನ್ನ ಹಾಗೆ ಕಳಿಸೋದು ನಮಗೂ ಇಷ್ಟ ಇಲ್ಲ. ನಾನೇನೋ ಮಾಡಿಕೊಡ್ತೀನಿ... ಆದ್ರೆ ನಮಗೂ ಸ್ವಲ್ಪ 'ಪುರುಸೊತ್ತಿನ' ಟೈಮಲ್ಲಿ ಸಿಗಬೇಕಲ್ಲವೇ?" ಅವನ ಮಾತುಗಳಲ್ಲಿನ ಸೂಚನೆ ಸ್ಪಷ್ಟವಾಗಿತ್ತು.

ಅವನ ನೋಟದ ಬಿಸಿ ಗೌರಿಯ ಮುಖಕ್ಕೆ ರಾಚಿತು. ಅವಳ ಬೆರಳುಗಳು ಲಂಗದ ತುದಿಯನ್ನು ಬಿಗಿಯಾಗಿ ಹಿಂಡಿದವು. ಅವಳ ಒಳಗಿನ ಅವಮಾನ ಮೌನವಾಗಿ ಹೊರಹೊಮ್ಮಿತು. ತುಟಿ ಕಚ್ಚಿಕೊಂಡು, ಒಂದು ಕ್ಷಣವೂ ಅಲ್ಲಿ ನಿಲ್ಲದೆ ಹೊರನಡೆದಳು.

"ನೋಡ್ದಾ... ಇವರ ದರ್ಪ! ಮನೇಲಿ ಅಕ್ಕಿ ಇಲ್ಲ ಅಂದ್ರೂ ಜಂಬಕ್ಕೇನು ಕಮ್ಮಿ ಇಲ್ಲ," ರಂಗಣ್ಣನ ಮೆಲುದನಿ ಅವಳ ಬೆನ್ನಿಗೆ ಬಡಿಯಿತು.

ದಾರಿಯಲ್ಲಿ ಬರುತ್ತಿದ್ದಾಗ ಅವಳ ಕಣ್ಣೀರು ಮೌನವಾಗಿ ಕೆನ್ನೆಯ ಮೇಲೆ ಇಳಿಯಿತು. ಬಡತನದ ಅಸಹಾಯಕತೆ ಅವಳನ್ನು ಹಿಂಡುತ್ತಿತ್ತು. ದಾರಿಯುದ್ದಕ್ಕೂ ಅವಳ ಹೆಜ್ಜೆಗಳು ಭಾರವಾಗಿದ್ದವು.

ಮನೆಗೆ ಬಂದಾಗ, ಪಕ್ಕದ ಊರಿನಿಂದ ಬಂದಿದ್ದ ಸಂಬಂಧಿ ಕಾಮಕ್ಕ ಅಂಗಳದಲ್ಲಿ ಕುಳಿತಿದ್ದರು. ಕಾಮಕ್ಕ ಗೌರಿಯ ದೂರದ ಸಂಬಂಧಿ. ಊರೂರು ಸುತ್ತಿ ವ್ಯಾಪಾರ ಮಾಡುವವರು. ಅವರಿಗೆ ಎಲ್ಲರ ಸುದ್ದಿಯೂ ಗೊತ್ತಿರುತ್ತಿತ್ತು.

"ಏನೇ ಗೌರಿ, ಎಲ್ಲಿಗೆ ಹೋಗಿದ್ದೆ? ಕಣ್ಣು ಕೆಂಪಗಿದೆ? ಅತ್ತಿದ್ದೀಯಾ?" ಕಾಮಕ್ಕ ವಿಚಾರಿಸಿದರು.

ಗೌರಿ ಸೆರಗಿನಿಂದ ಕಣ್ಣು ಒರೆಸಿಕೊಳ್ಳುತ್ತಾ, ನಡೆದ ವಿಷಯವನ್ನೆಲ್ಲಾ ಹೇಳಿದಳು.

ಕಾಮಕ್ಕ ಒಂದು ಕ್ಷಣ ಮಂಕಾದರು ಸುಧಾರಿಸಿಕೊಂಡು"ನೋಡು ಗೌರಿ, ಈ ಊರಲ್ಲಿ ಇದ್ರೆ ಹೀಗೇನೇ. ಜನ ನಿನ್ನನ್ನ ಬದುಕೋಕೆ ಬಿಡಲ್ಲ. ಗಂಡು ದಿಕ್ಕಿಲ್ಲದ ಮನೆ ಅಂದ್ರೆ ಎಲ್ಲರಿಗೂ ಅಸಡ್ಡೆ. ನೀನು ಹೀಗೆ ಎಷ್ಟು ದಿನ ಅಂತ ಒದ್ದಾಡ್ತೀಯ? ನಿನ್ನಪ್ಪ ಹೋದ ಮೇಲೆ ಈ ಮನೆಗೆ ದಿಕ್ಕಿಲ್ಲದಂತಾಗಿದೆ.. ಪರಿಸ್ಥಿತಿ ಹೇಗಿದೆ ಅಂತ ನಿನಗೆ ಗೊತ್ತು ತಾನೇ?," ಕಾಮಕ್ಕ ವಾಸ್ತವವನ್ನು ತೆರೆದಿಟ್ಟರು.

ಗೌರಿ ಮೌನವಾಗಿ ಕೇಳುತ್ತಾ ಕುಳಿತಳು. ಕಾಮಕ್ಕ ಮುಂದುವರೆಸಿದರು, "ನಂಗೊತ್ತು, ಕುಂದಾಪುರದ ಕಡೆ ಒಬ್ಬರು ಪೋಸ್ಟ್ ಮಾಸ್ಟರ್ ಇದ್ದಾರೆ. ಶಂಕರಪ್ಪ ಅಂತ. ದೊಡ್ಡ ಮನುಷ್ಯರು

ಬರಿ ಹಣದಲ್ಲಲ್ಲ, ಮನುಷ್ಯ ಸಹ ಭಾರಿ ಒಳ್ಳೆಯವರು. ಅವರ ಹೆಂಡತಿಗೆ ಕಾಲು ನೋವು. ವಯಸ್ಸಾಗಿದೆ ಪಾಪ. ಮನೆ ಕೆಲಸಕ್ಕೆ, ಅಡಿಗೆಗೆ, ಅವರನ್ನ ನೋಡಿಕೊಳ್ಳೋಕೆ ಒಬ್ಬರು ನಂಬಿಕಸ್ಥರು ಬೇಕಂತೆ. ಊಟ, ಬಟ್ಟೆ ಕೊಟ್ಟು, ತಿಂಗಳಿಗೆ ಸಂಬಳಾನೂ ಕೊಡ್ತಾರೆ. ನೀನು ಬಂದ್ರೆ, ನಿನಗೂ ಒಂದು ದಾರಿ ಆಗುತ್ತೆ. ಅಲ್ಲಿ ಇದ್ಕೊಂಡು ನಿನ್ನ ತಮ್ಮ ತಂಗಿ ಓದಿಗೂ ಸಹಾಯ ಮಾಡಬಹುದು. ಅಮ್ಮನಿಗೂ ಚಿಕಿತ್ಸೆ ಕೊಡಿಸಬಹುದು."

ಗೌರಿ ಆಲೋಚನೆಯಲ್ಲಿ ಮುಳುಗಿದಳು. ಹುಟ್ಟಿದ ಊರು, ಬೆಳೆದ ಮನೆ, ತಂದೆಯ ನೆನಪುಗಳು ಇವನ್ನೆಲ್ಲ ಬಿಟ್ಟು ಹೋಗುವುದು ಸುಲಭವಲ್ಲ. ಮಲೆನಾಡಿನ ಈ ಹಸಿರು, ಈ ಮಳೆ, ಈ ಮಣ್ಣಿನ ವಾಸನೆ ಅವಳ ಉಸಿರಾಗಿತ್ತು.

ಆದರೆ ಇಲ್ಲಿ ಹಸಿವಿನಿಂದ ಸಾಯುವುದಕ್ಕಿಂತ, ಅಲ್ಲಿ ದುಡಿದು ಬದುಕುವುದು ಮೇಲು ಎಂದು ಅವಳಿಗೆ ಅನಿಸಿತು. ತನ್ನ ಕನಸುಗಳನ್ನು ಬಲಿಕೊಟ್ಟಾದರೂ, ಮಂಜ ಮತ್ತು ಕಾವ್ಯಾನ ಕನಸುಗಳನ್ನು ಉಳಿಸಿಕೊಳ್ಳಬೇಕು.

"ಬೇರು ಕಡಿದರೆ ಮರ ಬದುಕುತ್ತಾ? ನಾನೂ ಅಷ್ಟೇ, ಈ ಮಣ್ಣಿನಿಂದ ದೂರ ಹೋದರೆ ಬದುಕಬಲ್ಲೆನಾ? ಆದರೆ ಬದುಕು ಅಂದ್ರೆ ಕೇವಲ ಉಸಿರಾಡೋದಲ್ಲ. ಜವಾಬ್ದಾರಿ ಹೊರಬೇಕು. ಅಪ್ಪನ ಆ ಆತ್ಮಕ್ಕೂ ಶಾಂತಿ ಸಿಗಬೇಕು ಅಂದ್ರೆ, ನಾನು ಗಟ್ಟಿ ಆಗಬೇಕು. ಮಲೆನಾಡು ತಾಯಿಯ ಮಡಿಲಾದರೆ, ಕರಾವಳಿ ತಂದೆಯ

ತೋಳಾಗಬಹುದು. ಹೋಗಲೇಬೇಕು. ವಿಧಿ ನನ್ನನ್ನು ಎಲ್ಲಿಗೆ ಕರೆದೊಯ್ಯುತ್ತದೆಯೋ ಅಲ್ಲಿಗೆ ಹೋಗಬೇಕು."

"ಅಲ್ಲಿ ನಂಗೆ ಯಾರು ಗೊತ್ತಿಲ್ಲ ಕಾಮಕ್ಕ. ಹೆದ್ರಿಕೆ ಆಗುತ್ತೆ," ಗೌರಿ ಅಂಜುತ್ತಾ ಹೇಳಿದಳು.

"ನಾನಿದ್ದೀನಲ್ಲ ತಾಯಿ. ನಾನೇ ನಿನ್ನನ್ನ ಅಲ್ಲಿಗೆ ಕರೆದುಕೊಂಡು ಹೋಗ್ತೀನಿ. ಶಂಕರಪ್ಪನವರು ನನಗೆ ಪರಿಚಯಸ್ತರೆ . ಅವರು ನಿನ್ನನ್ನ ಸ್ವಂತ ಮಗಳ ಹಂಗೆ ನೋಡ್ಕೊಳ್ತಾರೆ. ಯೋಚನೆ ಮಾಡ್ಬೇಡ," ಕಾಮಕ್ಕ ಧೈರ್ಯ ತುಂಬಿದರು.

ಪಾರ್ವತಮ್ಮನಿಗೂ ಇದು ಸರಿಯೆನಿಸಿತು. "ಹೋಗು ಮಗಳೇ. ಇಲ್ಲಿದ್ದರೆ ನಿನಗೆ ಭವಿಷ್ಯ ಇಲ್ಲ ನೀನು ಚೆನ್ನಾಗಿದ್ರೆ ನಮಗೆ ಅದೇ ಸಾಕು," ಎಂದರು.

"ಸರಿ ಕಾಮಕ್ಕ, ನಾನು ಬರ್ತೀನಿ. ನನ್ನ ತಮ್ಮ ತಂಗಿ ಓದಬೇಕು, ಅಮ್ಮನಿಗೆ ಔಷಧಿ ಸಿಗಬೇಕು. ಅದಕ್ಕಾಗಿ ನಾನೇನು ಮಾಡಲೂ ಸಿದ್ಧ," ಗೌರಿ ನಿರ್ಧಾರ ಹೇಳಿದಳು.

***

"ಮೊದಲ ಬಾರಿ ಹಾರುವ ಹಕ್ಕಿಗೆ ಆಕಾಶ ದೊಡ್ಡದಾಗಿ ಕಾಣುತ್ತದೆ, ಆದರೆ ರೆಕ್ಕೆ ಬಲಿತಿರದಿದ್ದರೆ ಅದೇ ಆಕಾಶ ಮೃತ್ಯುವಾಗುತ್ತದೆ."

ಎರಡು ದಿನಗಳ ನಂತರ, ಗೌರಿ ಪ್ರಯಾಣಕ್ಕೆ ಸಿದ್ಧಳಾದಳು. ಮನೆಯಿಂದ ಹೊರಡುವಾಗ ಅವಳ ಮನಸ್ಸು ಭಾರವಾಗಿತ್ತು. ಮನೆಯ ಪ್ರತಿಯೊಂದು ಮೂಲೆಯನ್ನೂ, ಅಂಗಳದ ಹೂವಿನ

ಗಿಡಗಳನ್ನೂ, ಕೊಟ್ಟಿಗೆಯಲ್ಲಿದ್ದ ದನವನ್ನೂ ಕಣ್ಣು ತುಂಬಿಕೊಂಡಳು. ತಾಯಿಯ ಕಾಲಿಗೆ ಬಿದ್ದು ಆಶೀರ್ವಾದ ಪಡೆದಳು. ಮಂಜ ಮತ್ತು ಕಾವ್ಯಾ ಅಕ್ಕ ಹೋಗುತ್ತಿದ್ದಾಳೆ ಎಂದು ಅಳುತ್ತಿದ್ದರು.

"ಅಳಬೇಡ್ರೋ, ಸ್ವಲ್ಪ ದಿನ ದೂರ ಹೋಗ್ತೀನಿ ಅಷ್ಟೇ. ನೀವು ಶಾಲೆಗೆ ಚಂದ ಚಂದ ಬಟ್ಟೆ ಹಾಕೊಂಡು ಹೋಗಬೇಕು ತಾನೇ? ನಾನು ಹೋಗಿ ದುಡ್ಡು ಕಳಿಸ್ತೀನಿ. ನೀವು ಚೆನ್ನಾಗಿ ಓದ್ಬೇಕು. ಅಮ್ಮನ ಹುಷಾರಾಗಿ ನೋಡ್ಕೊಳ್ಳಿ," ಎಂದು ಅವರಿಗೆ ಬುದ್ಧಿ ಹೇಳಿ, ಕಣ್ಣೀರು ಒರೆಸಿಕೊಂಡು ಮನೆಯಿಂದ ಹೊರಬಂದಳು. ಅವರ ಅಳುವ ಮುಖಗಳು ಅವಳ ಎದೆಯಲ್ಲಿ ಶಾಶ್ವತವಾಗಿ ಅಚ್ಚೊತ್ತಿದವು.

ಕಾಮಕ್ಕನ ಜೊತೆ ಕುಂದಾಪುರದ ಬಸ್ ಹತ್ತಿದಳು. ಬಸ್ಸು ಮಲೆನಾಡಿನ ಘಟ್ಟಗಳನ್ನು ಇಳಿಯುತ್ತಾ ಸಾಗಿತ್ತು. ಕಿಟಕಿಯ ಪಕ್ಕ ಕುಳಿತು, ವೇಗವಾಗಿ ಹಿಂದೆ ಸರಿಯುತ್ತಿದ್ದ ಮರಗಿಡಗಳನ್ನು ನೋಡುತ್ತಾ, ತನ್ನ ಕಳೆದು ಹೋದ ಬಾಲ್ಯವನ್ನು ನೆನೆದಳು. ಬಾಲ್ಯದ ಆಟಗಳು, ಅಪ್ಪನ ಬೆನ್ನ ಏರಿ ಕುಳಿತು ಆಡುತ್ತಿದ್ದ ದಿನಗಳು, ಅಮ್ಮನ ಮಡಿಲಲ್ಲಿ ಮಲಗಿ ಕಥೆ ಕೇಳುತ್ತಿದ್ದ ರಾತ್ರಿಗಳು ಎಲ್ಲವೂ ಈಗ ಬರೀ ನೆನಪು. ಗುಡ್ಡದ ಮೇಲಿನ ಮಂಜು ಕರಗುವಂತೆ ಅವಳ ಬಾಲ್ಯವೂ ಕರಗಿಹೋಗಿತ್ತು.

"ಆ ಬೆಟ್ಟಗಳು... ನನ್ನ ಬಾಲ್ಯದ ಸಾಕ್ಷಿಗಳು. ಅಲ್ಲಿ ನಾನು ಬಿದ್ದಾಗ ಮಣ್ಣು ಮೆತ್ತಿಕೊಂಡಿತ್ತು, ಈಗ ನಾನು ಬೀಳ್ತೀನಿ ಅಂದ್ರೆ ಮಣ್ಣು ಮೆತ್ತಿಕೊಳ್ಳುತ್ತಾ? ಇಲ್ಲ, ಈಗ ಬೀಳೋಕೆ ಅವಕಾಶ ಇಲ್ಲ. ಅಪ್ಪ ಹೇಳ್ತಿದ್ರು, 'ಹೆಣ್ಣು ಅಂದ್ರೆ ನದಿ ಇದ್ದ ಹಾಗೆ, ಹರಿತಾ

ಇರಬೇಕು' ಅಂತ. ಆದರೆ ನದಿ ಸಮುದ್ರ ಸೇರಲೇ ಬೇಕು. ಒಂದೇ ಕಡೆ ನಿಂತರೆ ತನ್ನ ಜೊತೆ ತನ್ನೊಳಗಿನ ಜೀವಿಗಳನ್ನೆಲ್ಲ ಸಾವಿಗೆ ದೂಡಿಬಿಡುತ್ತದೆ, ನಾನು ಹಾಗೆ ಆಗಬಾರದು. ನಾನು ಎಲ್ಲಿಗೆ ಸೇರ್ತೀನಿ? ಕುಂದಾಪುರ... ಹೊಸ ಜಾಗ. ಅಲ್ಲಿನ ಜನ ಹೇಗಿರ್ತಾರೋ? ನನ್ನ ಈ ಹಳೆ ಬಟ್ಟೆ ನೋಡಿ ನಗ್ತಾರಾ? ನನ್ನ ಭಾಷೆ ನೋಡಿ ಆಡ್ಕೊಳ್ತಾರಾ? ಭಯ ಆಗ್ತಿದೆ. ಎದೆಯೊಳಗೆ ಏನೋ ನಡುಕ. ಆದ್ರೆ ಆ ನಡುಕ ನನ್ನ ಮುಖದ ಮೇಲೆ ಕಾಣಬಾರದು. ನಾನು ಅಪ್ಪನ ಮಗಳು." ಎಂದು ತನಗೆ ತಾನೇ ಧೈರ್ಯ ತಂದುಕೊಂಡಳು.

ಬಸ್ಸು ಕರಾವಳಿಯ ತಿರುವುಗಳಲ್ಲಿ ಸಾಗುತ್ತಿದ್ದಂತೆ, ವಾತಾವರಣದಲ್ಲಿ ಬದಲಾವಣೆ ಕಂಡುಬಂತು. ಗಾಳಿಯಲ್ಲಿ ಉಪ್ಪಿನಂಶ ಸೇರಿತ್ತು. ತಂಪು ಕಡಿಮೆಯಾಗಿ ಸೆಕೆ ಹೆಚ್ಚಾಗುತ್ತಿತ್ತು. ದೂರದಲ್ಲಿ ಸಮುದ್ರದ ಘರ್ಜನೆ ಕೇಳಿಸತೊಡಗಿತು. ಅದು ಅವಳ ಮನದ ತಲ್ಲಣದಂತೆಯೇ ಇತ್ತು. ಸಮುದ್ರದ ಅಲೆಗಳು ದಡಕ್ಕೆ ಅಪ್ಪಳಿಸುವ ಶಬ್ದ, ಅವಳ ಎದೆಯ ಬಡಿತದೊಂದಿಗೆ ಬೆರೆತು ಹೋಗಿತ್ತು. ಇಲ್ಲಿನ ಪ್ರಕೃತಿಯ ರೂಪವೇ ಬೇರೆ. ಮಲೆನಾಡಿನ ಮೌನ ಇಲ್ಲಿರಲಿಲ್ಲ, ಬದಲಿಗೆ ಕಡಲಿನ ನಿರಂತರ ಆರ್ಭಟವಿತ್ತು.

ಪಕ್ಕದಲ್ಲಿ ಕುಳಿತಿದ್ದ ಕಾಮಕ್ಕ ನಿದ್ದೆ ಮಾಡುತ್ತಿದ್ದರು. ಬಸ್ಸಿನ ಸೀಟು ಗಟ್ಟಿಯಾಗಿತ್ತು, ಆದರೂ ಗೌರಿಗೆ ಆಯಾಸವಾಗಲಿಲ್ಲ. ಅವಳ ಕಣ್ಣುಗಳು ಹೊರಗಿನ ಹೊಸ ಪ್ರಪಂಚವನ್ನು ಕುಡಿಯುತ್ತಿದ್ದವು. ಹಸಿರು ಕಾಡು ಮಾಯವಾಗಿ, ತೆಂಗಿನ ತೋಪುಗಳು

ಕಾಣತೊಡಗಿದವು. ಕೆಂಪು ಹಂಚಿನ ಮನೆಗಳು, ಮೀನು ಹಿಡಿಯುವ ಬಲೆಗಳು, ಬರಿ ಮೈಯಲ್ಲಿ ಓಡಾಡುವ ಮೀನುಗಾರರು ಇವೆಲ್ಲವೂ ಅವಳಿಗೆ ವಿಚಿತ್ರವಾಗಿ ಕಂಡವು. ಮಲೆನಾಡಿನ ನಿಗೂಢತೆ ಇಲ್ಲಿಲ್ಲ. ಇಲ್ಲಿ ಎಲ್ಲವೂ ತೆರೆದ ಪುಸ್ತಕದಂತೆ. ಬಿಸಿಲು, ಬೆವರು, ಮತ್ತು ಬದುಕು ಎಲ್ಲವೂ ನೇರ.

ಕುಂದಾಪುರ ತಲುಪಿದಾಗ ಸಂಜೆಯಾಗಿತ್ತು. ಶಂಕರಪ್ಪನವರ ಮನೆ 'ದುರ್ಗಾ ನಿಲಯ' ಊರಿನ ಪ್ರಮುಖ ರಸ್ತೆಯಿಂದ ಸ್ವಲ್ಪ ಒಳಗೆ, ಶಾಂತವಾದ ಬಡಾವಣೆಯಲ್ಲಿತ್ತು. ಅದು ಒಂದು ಹಳೆಯ ಕಾಲದ ಹಂಚಿನ ಮನೆ. ವಿಶಾಲವಾದ ಅಂಗಳ, ಸುತ್ತಲೂ ತೆಂಗು, ಅಡಿಕೆ ಮರಗಳು, ಮನೆಯ ಮುಂದೆ ಸುಂದರವಾದ ಹೂವಿನ ತೋಟ ಹಿಂದೆ ಸ್ವಲ್ಪ ದೂರದಲ್ಲೇ ಸಮುದ್ರ ನೋಡಿದ ಕೂಡಲೇ ಮನಸ್ಸಿಗೆ ನೆಮ್ಮದಿ ನೀಡುವಂತಿತ್ತು. ಆದರೆ ಆ ನೆಮ್ಮದಿ ಬಡವರಿಗೂ ಸಿಗುತ್ತದೆಯೇ ಎಂಬುದು ಪ್ರಶ್ನೆಯಾಗಿತ್ತು. ಕಷ್ಟಗಳ ಸುಳಿಯಲ್ಲಿ ಸಿಲುಕಿದವರಿಗೆ ನೆಮ್ಮದಿ ಕೇವಲ ಮರೀಚಿಕೆ.

ಗೇಟ್ ತೆರೆದು ಒಳಗೆ ಹೋದಾಗ, ತುಳಸಿ ಕಟ್ಟೆಯ ಮುಂದೆ ರಂಗೋಲಿ ಬಿಡಿಸುತ್ತಿದ್ದ ಶಂಕರಪ್ಪನವರ ಹೆಂಡತಿ ಶಾರದಮ್ಮ, ಇವರನ್ನು ಗಮನಿಸಿದರು. ಶಾರದಮ್ಮ ಐವತ್ತೈದರ ಹರೆಯದ ಸಾತ್ವಿಕ ಮಹಿಳೆ. ಮುಖದಲ್ಲಿ ಸದಾ ಮಂದಹಾಸ. ಮಡಿವಂತಿಕೆ ಇದ್ದರೂ, ಮನಸ್ಸು ಮಗುವಿನಂತೆ.

"ಬನ್ನಿ ಕಾಮಕ್ಕ, ಇವರೇನಾ ಗೌರಿ?" ಎಂದು ಕೇಳುತ್ತಾ, ಗೌರಿಯನ್ನು ಕರುಣೆಯಿಂದ ನೋಡಿದರು. ಗೌರಿಯ ಮುಗ್ಧ ಮುಖ,

ಬಡತನದಲ್ಲೂ ಕಾಣುತ್ತಿದ್ದ ಕಳೆ, ವಿನಯ ಅವರಿಗೆ ಒಮ್ಮೆಲೇ ಹಿಡಿಸಿತು. ಅವಳ ತಗ್ಗು ಧ್ವನಿ, ಮಣಿದ ತಲೆ ಅವರಲ್ಲಿ ವಾತ್ಸಲ್ಯ ಮೂಡಿಸಿತು.

"ಹೌದಮ್ಮ , ಇವಳೇ ಗೌರಿ. ಪಾಪ, ತುಂಬಾ ಕಷ್ಟದಲ್ಲಿದ್ದಾಳೆ. ಆದ್ರೆ ಬಂಗಾರದಂಥ ಹುಡುಗಿ. ಕೆಲಸದಲ್ಲಿ ಚುರುಕು," ಕಾಮಕ್ಕ ಪರಿಚಯಿಸಿದರು.

ಶಾರದಮ್ಮ ಗೌರಿಯ ಹತ್ತಿರ ಬಂದು, ಅವಳ ಗಲ್ಲ ಮುಟ್ಟಿದರು. "ಬಾ ಮಗಳೇ, ಕಾಮಕ್ಕ ನಿನ್ನ ಬಗ್ಗೆ ತುಂಬಾ ಹೇಳಿದ್ದಾಳೆ. ಇದು ನಿನ್ನ ಮನೆ ಅಂತಾನೇ ತಿಳಿ. ಇಲ್ಲಿ ನಿನಗೆ ಯಾವ ಕಷ್ಟನೂ ಆಗಲ್ಲ," ಶಾರದಮ್ಮನ ಆ ಮಾತು ಗೌರಿಯ ಮನಸ್ಸಿನಲ್ಲಿದ್ದ ಆತಂಕವನ್ನು ಒಂಚೂರು ಕರಗಿಸಿತು.

"ಅಮ್ಮನ ಹಾಗೆ ಮಾತಾಡ್ತಾರೆ. ಕೈಯಲ್ಲಿರೋ ಬಳೆಗಳು, ಹಣೆಯಲ್ಲಿರೋ ಕುಂಕುಮ... ಇವರ ಹತ್ತಿರ ಲಕ್ಷ್ಮಿ ಇದ್ದಾಳೆ, ಸರಸ್ವತಿ ಇದ್ದಾಳೆ. ಆದ್ರೆ ಬಡವರನ್ನು ಕಂಡರೆ ಅಸಹ್ಯ ಪಡಲ್ವಾ? 'ಮಗಳೇ' ಅಂತ ಕರೆದ್ರು. ಆದ್ರೆ ಕೆಲಸದವಳು ಯಾವತ್ತಿದ್ರೂ ಕೆಲಸದವಳೇ ಅಲ್ವಾ? ಅಂತರ ಇದ್ದೇ ಇರುತ್ತೆ. ಆದರೆ ಕೆಲಸ ಮಾಡೋಕೆ ಇಷ್ಟು ಸಾಕು," ಅನಿಸಿತು ಗೌರಿಗೆ.

ಅಷ್ಟರಲ್ಲಿ ಶಂಕರಪ್ಪನವರು ಹೊರಗೆ ಬಂದರು. ಅವರು ನಿವೃತ್ತರಾಗಿದ್ದರೂ, ಊರಿನಲ್ಲಿ ಅವರಿಗೆ ದೊಡ್ಡ ಹೆಸರಿತ್ತು. ಗಂಭೀರವಾದ ಮುಖಭಾವವಿದ್ದರೂ, ಕಣ್ಣುಗಳಲ್ಲಿ ಕಾರುಣ್ಯವಿತ್ತು.

ಬಿಳಿ ಪಂಚೆ, ಬಿಳಿ ಅಂಗಿ, ಹಣೆಯಲ್ಲಿ ಗಂಧ ಅವರ ವ್ಯಕ್ತಿತ್ವಕ್ಕೆ ಗೌರವ ತರುವಂತಿತ್ತು.

"ಓಹ್, ಇವಳೇನಾ ಹೊಸ ಹುಡುಗಿ?" ಎಂದು ಕೇಳಿದರು.

"ಹೌದು ರೀ, ಗೌರಿ ಅಂತ," ಶಾರದಮ್ಮ ಹೇಳಿದರು.

ಶಂಕರಪ್ಪನವರು ಗೌರಿಯನ್ನು ದಿಟ್ಟಿಸಿ ನೋಡಿದರು. "ನೋಡಮ್ಮ, ಇಲ್ಲಿ ಕೆಲಸ ಅನ್ನೋದಕ್ಕಿಂತ, ನಮಗೆ ಮಗಳಾಗಿ ಇರು. ನಮಗೆ ಮಕ್ಕಳಿಲ್ಲ ಅನ್ನೋ ಕೊರಗು ನೀಗಿಸು, ನೀನು ಇಲ್ಲಿ ಇರುವ ತನಕ ನಿನ್ನ ಜವಾಬ್ದಾರಿ ಇನ್ಮೇಲೆ ನಮ್ದು," ಎಂದರು. ಅವರ ಧ್ವನಿಯಲ್ಲಿನ ಅಧಿಕಾರ ಮತ್ತು ಪ್ರೀತಿ ಎರಡೂ ಗೌರಿಗೆ ಧೈರ್ಯ ತುಂಬಿದವು.

ಗೌರಿ ತಲೆ ತಗ್ಗಿಸಿ, "ಆಗಲಿ ಸ್ವಾಮಿ, ನಿಮ್ಮ ಸೇವೆ ಮಾಡೋದು ನನ್ನ ಪುಣ್ಯ," ಎಂದಳು.

ಆ ದಿನ ರಾತ್ರಿ, ಗೌರಿಗೆ ಅಡುಗೆ ಮನೆಯ ಪಕ್ಕದಲ್ಲೇ ಇದ್ದ ಒಂದು ಸಣ್ಣ ಕೋಣೆಯನ್ನು ನೀಡಲಾಯಿತು. ಸ್ವಚ್ಛವಾದ ಹಾಸಿಗೆ, ಫ್ಯಾನ್, ಕಿಟಕಿಯ ಪಕ್ಕ ಒಂದು ಮೇಜು ಇವೆಲ್ಲವೂ ಗೌರಿಗೆ ಹೊಸದಾಗಿತ್ತು. ಅವಳು ಮಲಗಿದ್ದಾಗ, ಹೊರಗೆ ಸಮುದ್ರದ ಅಲೆಗಳ ಸದ್ದು ಕೇಳಿಸುತ್ತಿತ್ತು. ಮಲೆನಾಡಿನ ಮಳೆಯ ಸದ್ದು ಹೋಗಿ, ಈಗ ಕರಾವಳಿಯ ಕಡಲ ಸದ್ದು ಅವಳ ಸಂಗಾತಿಯಾಗಿತ್ತು.

ಗೌರಿ ಕಿಟಕಿಯಿಂದ ಹೊರಗೆ ನೋಡಿದಳು. ಆಕಾಶದಲ್ಲಿ ನಕ್ಷತ್ರಗಳು ಮಿನುಗುತ್ತಿದ್ದವು. ಆದರೆ ಇಲ್ಲಿನ ಆಕಾಶ ಮಲೆನಾಡಿಗಿಂತ

ವಿಶಾಲವಾಗಿ ಕಂಡಿತು. ಮರಗಳ ತಡೆ ಇಲ್ಲದೆ, ನೇರವಾಗಿ ಕಾಣುವ ಆಕಾಶ.

"ಅಪ್ಪ, ನಾನು ಸೋಲಲ್ಲ. ಇಲ್ಲಿ ಗಟ್ಟಿಯಾಗಿ ನೆಲೆ ನಿಲ್ತೀನಿ. ಮಂಜ, ಕಾವ್ಯಾನ ಓದಿಸ್ತೀನಿ. ಅಮ್ಮನ ನೋಡ್ಕೊಳ್ತೀನಿ," ಎಂದು ಮನಸ್ಸಲ್ಲೇ ಶಪಥ ಮಾಡಿದಳು. ಹೊಸ ಜಾಗ, ಹೊಸ ಭರವಸೆ ಅವಳಲ್ಲಿ ಹೊಸ ಚೈತನ್ಯ ಮೂಡಿಸಿತ್ತು. ಆದರೆ ಆ ಚೈತನ್ಯದ ಹಿಂದೆ, ತಿಳಿಯದ ಭಯವೊಂದು ನೆರಳಿನಂತೆ ಅವಳನ್ನು ಹಿಂಬಾಲಿಸುತ್ತಿತ್ತು. ಸಮುದ್ರದ ಅಲೆಗಳು ದಡಕ್ಕೆ ಬಂದು ಹಿಂದಿರುಗುವಾಗ ಏನನ್ನಾದರೂ ಎಳೆದುಕೊಂಡು ಹೋಗುತ್ತವೆ. ಹಾಗೆಯೇ ಈ ಹೊಸ ಊರು ತನ್ನಿಂದ ಏನನ್ನಾದರೂ ಕಸಿದುಕೊಳ್ಳಬಹುದೇ?

ದಿನಗಳು ಉರುಳಿದವು. ಹೊಸ ಊರು, ಹೊಸ ಜನ, ಹೊಸ ಭಾಷೆ. ಕುಂದಾಪುರದ ಕನ್ನಡದ ಸೊಗಡು ಅವಳಿಗೆ ಹೊಸದಾಗಿ ಕಂಡರೂ, ಅಲ್ಲಿನ ಜನರ ಮುಗ್ಧತೆ ಇಷ್ಟವಾಯಿತು. "ಮಾರಾಯ್ರೆ", "ಕಾಣಿ" ಎನ್ನುವ ಮಾತುಗಳು ಅವಳ ಕಿವಿಗೆ ಇಂಪಾಗಿ ಕೇಳುತ್ತಿದ್ದವು. ಬೆಳಿಗ್ಗೆ ಎದ್ದು ಕೊಟ್ಟಿಗೆ ಕೆಲಸ, ಹಸುಗಳ ಆರೈಕೆ, ಅಡಿಗೆಗೆ ಸಹಾಯ ಮಾಡುವುದು, ಪೂಜೆಗೆ ಹೂವು ಕೀಳುವುದು ಹೀಗೆ ದಿನವಿಡೀ ಗೌರಿ ಕೆಲಸದಲ್ಲಿ ಲೀನಳಾದಳು. ಅವಳ ಕೈರುಚಿ ಶಾರದಮ್ಮನಿಗೂ, ಶಂಕರಪ್ಪನಿಗೂ ಬಲು ಇಷ್ಟವಾಯಿತು. ಅವಳು ಮಾಡುವ ನೀರು ದೋಸೆ, ಕೊಟ್ಟೆ ಕಡುಬು, ಪತ್ರೊಡೆ ಎಲ್ಲರ ಮೆಚ್ಚುಗೆ ಗಳಿಸಿತು. ಶಂಕರಪ್ಪನವರು ಅವಳನ್ನು 'ಮಗಳೇ' ಎಂದೇ ಕರೆಯಲಾರಂಭಿಸಿದ್ದರು.

***

ಕುಂದಾಪುರದ 'ದುರ್ಗಾ ನಿಲಯ'ದಲ್ಲಿ ಗೌರಿಯ ಜೀವನ ನಿಧಾನವಾಗಿ ಒಂದು ಹೊಸ ಲಯಕ್ಕೆ ಒಗ್ಗಿಕೊಳ್ಳಲಾರಂಭಿಸಿತ್ತು. ಹಳೆಯ ಹಂಚಿನ ಮನೆಯ ವಿಶಾಲವಾದ ಅಂಗಳ, ಸುತ್ತುವರೆದ ತೆಂಗಿನ ಮರಗಳು, ಮತ್ತು ದೂರದಲ್ಲಿ ಕೇಳುವ ಸಮುದ್ರದ ಅಲೆಗಳ ಸದ್ದು ಇವೆಲ್ಲವೂ ಅವಳಿಗೆ ಈಗ ಪರಿಚಿತವಾಗಿದ್ದವು. ಬೆಳಗಿನ ಜಾವ ನಾಲ್ಕು ಗಂಟೆಗೆ ಏಳುವ ಅವಳ ದಿನಚರಿ, ಸೂರ್ಯನಿಗಿಂತ ಮುಂಚೆಯೇ ಆರಂಭವಾಗುತ್ತಿತ್ತು. ಅವಳ ಕೈಯಲ್ಲಿ ಕಸಬರಿಕೆ ನೃತ್ಯ ಮಾಡಿದರೆ, ಅಂಗಳದಲ್ಲಿ ರಂಗೋಲಿ ಅರಳುತ್ತಿತ್ತು. ಬಡತನದ ನೆರಳು ಅವಳ ಶ್ರಮದ ಮುಂದೆ ಸ್ವಲ್ಪ ದೂರ ಸರಿಯುವಂತೆ ಭಾಸವಾಗುತ್ತಿತ್ತು.

ಗೌರಿಯ ದಿನ ಅಂಗಳದ ರಂಗೋಲಿಯಿಂದ ಶುರುವಾಗುತ್ತಿತ್ತು. ಮುಂಜಾನೆಯ ಮಂಜಿನಲ್ಲಿ ಅವಳು ಬಿಡಿಸುತ್ತಿದ್ದ ರಂಗೋಲಿ, ಶಾರದಮ್ಮನವರ ಮನಸ್ಸಿಗೆ ಮುದ ನೀಡುತ್ತಿತ್ತು. "ನಮ್ಮ ಗೌರಿ ಕೈಯಲ್ಲಿ ಏನೋ ಗುಣ ಇದೆ ಕಣ್ರೀ, ಅವಳು ಅಡುಗೆ ಮಾಡಿದ್ರೆ ರುಚಿನೇ ಬೇರೆ, ರಂಗೋಲಿ ಹಾಕಿದ್ರೆ ಕಳೆನೇ ಬೇರೆ," ಎಂದು ಶಾರದಮ್ಮ ಪತಿಯ ಬಳಿ ಆಗಾಗ ಹೇಳಿಕೊಳ್ಳುತ್ತಿದ್ದರು.

ಶಂಕರಪ್ಪನವರು ನಿವೃತ್ತರಾಗಿದ್ದರೂ, ಅವರ ದಿನಚರಿ ಶಿಸ್ತಿನಿಂದ ಕೂಡಿತ್ತು. ಬೆಳಿಗ್ಗೆ ಎದ್ದು ಯೋಗ, ಪೂಜೆ, ನಂತರ ಪೇಪರ್ ಓದುವುದು. ಗೌರಿ ಅವರಿಗೆ ಫಿಲ್ಟರ್ ಕಾಫಿ ಮಾಡಿಕೊಡುವುದರಲ್ಲಿ

ನಿಸ್ಸೀಮಳಾಗಿದ್ದಳು. "ಗೌರೀ, ನಿನ್ನ ಕೈ ಕಾಫಿ ಕುಡಿದ್ರೇನೇ ನನ್ನ ಈ ಮುದಿ ತಲೆ ಓಡೋದು," ಎಂದು ಅವರು ತಮಾಷೆ ಮಾಡುತ್ತಿದ್ದರು.

ಗೌರಿಯ ಶ್ರದ್ಧೆ ಮತ್ತು ವಿನಯ ಆ ದಂಪತಿಗಳಿಗೆ ಮಕ್ಕಳಿಲ್ಲದ ಕೊರಗನ್ನು ಸ್ವಲ್ಪ ಮಟ್ಟಿಗೆ ನೀಗಿಸಿತ್ತು. ಅವಳು ಕೇವಲ ಕೆಲಸದಾಕೆಯಾಗಿರಲಿಲ್ಲ, ಆ ಮನೆಯ ಮಗಳಂತೆಯೇ ಆಗಿಹೋಗಿದ್ದಳು. ಮಧ್ಯಾಹ್ನ ಶಾರದಮ್ಮನವರು ವಿಶ್ರಾಂತಿ ಪಡೆಯುವಾಗ, ಗೌರಿ ಅವರ ಕಾಲು ಒತ್ತುತ್ತಿದ್ದಳು. ಆಗ ಶಾರದಮ್ಮ ತಮ್ಮ ಹಳೆಯ ಕಥೆಗಳನ್ನು, ಕಷ್ಟ ಸುಖಗಳನ್ನು ಹೇಳಿಕೊಳ್ಳುತ್ತಿದ್ದರು. ಗೌರಿ ಮೌನವಾಗಿ ಕೇಳಿಸಿಕೊಳ್ಳುತ್ತಿದ್ದಳು, ಆಗಾಗ ಸಾಂತ್ವನ ಹೇಳುತ್ತಿದ್ದಳು.

ಒಂದು ದಿನ ಸಂಜೆ, ಸೂರ್ಯಾಸ್ತದ ಸಮಯ. ಆಕಾಶವು ಕೇಸರಿ ಬಣ್ಣಕ್ಕೆ ತಿರುಗಿತ್ತು. ತಂಪಾದ ಗಾಳಿ ಬೀಸುತ್ತಿತ್ತು. ಶಂಕರಪ್ಪನವರು ಯಾವುದೋ ಸಮಾರಂಭಕ್ಕೆ ಹೋಗಬೇಕಿತ್ತು. ಅವರ ಹಳೆಯ ಅಂಬಾಸಿಡರ್ ಕಾರ್ ಶೆಡ್ ನಲ್ಲಿತ್ತು ಆದರೆ ಅವರಿಗೆ ಡ್ರೈವಿಂಗ್ ಬರುವುದಿಲ್ಲ.

"ರೀ, ಆ ರವಿಗೆ ಹೇಳಿ ಕಳಿಸಿದ್ದೀರಾ? ಟೈಮ್ ಆಗ್ತಾ ಬಂತು," ಶಾರದಮ್ಮ ಪೂಜಾ ಕೋಣೆಯಿಂದಲೇ ಕೇಳಿದರು.

"ಹಾ, ಹೇಳಿದ್ದೀನಿ. ಫೋನ್ ಮಾಡಿದ್ದೆ. ಅವನು ಬರುವ ಹೊತ್ತಾಯಿತು," ಶಂಕರಪ್ಪ ಗಡಿಯಾರ ನೋಡುತ್ತಾ ವರಾಂಡದಲ್ಲಿ ಅತ್ತಿಂದಿತ್ತ ಓಡಾಡುತ್ತಿದ್ದರು.

ಅಷ್ಟರಲ್ಲಿ ಗೇಟ್ ಬಳಿ **'ಡ್ರ್ರ್....'** ಎಂದು ಶಬ್ದ ಮಾಡುತ್ತಾ ಒಂದು ಆಟೋ ರಿಕ್ಷಾ ಬಂದು ನಿಂತಿತು. ಅದರಿಂದ ಇಳಿದ ಒಬ್ಬ ಯುವಕ, ಅಚ್ಚುಕಟ್ಟಾದ ಖಾಕಿ ಬಟ್ಟೆ ಧರಿಸಿದ್ದ. ಸುಮಾರು ಇಪ್ಪತ್ತೈದು ವರ್ಷ ವಯಸ್ಸು. ಎತ್ತರದ ನಿಲುವು, ಕಟ್ಟುಮಸ್ತಾದ ದೇಹ. ತಲೆಯಲ್ಲಿ ಎಣ್ಣೆ ಹಚ್ಚಿ ಬಾಚಿದ ಕೂದಲು, ಮುಖದಲ್ಲಿ ಸದಾ ಇರುವ ನಗು. ಕಣ್ಣುಗಳಲ್ಲಿ ಏನೋ ಒಂದು ಆಕರ್ಷಣೆ. ಅವನೇ ರವಿ. ಈ ಊರಿನ ಎಲ್ಲರ ಅಚ್ಚುಮೆಚ್ಚಿನ ಆಟೋ ಚಾಲಕ. ಅವನದು ಬಸವಲಿಂಗಪ್ಪನವರ ಮನೆತನವಾದರೂ, ಸ್ವಂತ ಕಾಲ ಮೇಲೆ ನಿಲ್ಲುವ ಹಠ.

ಗೌರಿ ಅಂಗಳದಲ್ಲಿ ಒಣಗ ಹಾಕಿದ್ದ ಬಟ್ಟೆಗಳನ್ನು ತೆಗೆಯುತ್ತಿದ್ದಳು. ಆಟೋ ಸದ್ದು ಕೇಳಿ ಬಟ್ಟೆಗಳನ್ನು ಮಡಚುತ್ತಲೇ ಗೇಟ್ ಕಡೆ ನೋಡಿದಳು.

ರವಿ ಗೇಟ್ ತೆಗೆದು ಆತುರದಿಂದ ಒಳಗೆ ಬಂದ. ಬರುವಾಗ ಆಕಸ್ಮಿಕವಾಗಿ ಅವನ ಕಾಲಿಗೆ ಅಂಗಳದಲ್ಲಿದ್ದ ಸಣ್ಣ ಕಲ್ಲೊಂದು ತಾಗಿತು. "ಅಯ್ಯೋ..." ಎಂದು ಕೆಳಗೆ ನೋಡಿದ. ಗೌರಿ ಸಹಜವಾಗಿ, "ಅಯ್ಯೋ ನೋಡಿ ಬಾರಬಾರದೇ.. ??" ಎಂದು ಹೇಳಿದಳು.

ರವಿ ತಲೆ ಎತ್ತಿ ನೋಡಿದ. ಹೊಸ ಮುಖ. "ಇಲ್ಲ ಸ್ವಲ್ಪ ತಾಗಿತು ಅಷ್ಟೇ, ನೋವೇನು ಆಗಿಲ್ಲ ಥ್ಯಾಂಕ್ಸ್. ಮಾಸ್ಟು ಮನೆಯಲ್ಲಿದ್ದಾರಾ?" ಕೇಳಿದ.

"ಹೌದು, ಒಳಗಿದ್ದಾರೆ," ಎಂದು ಗೌರಿ ಮತ್ತೆ ತನ್ನ ಕೆಲಸದಲ್ಲಿ ತೊಡಗಿದಳು.

"ಯಾರು ಇವಳು? ನಮ್ಮೂರಿನಲ್ಲಿ ಎಲ್ಲಿಯೂ ನೋಡಿದ ನೆನಪಿಲ್ಲ ಊರಿಗೆ ಹೊಸಬಳು ಅನಿಸುತ್ತೆ," ಎಂದು ರವಿ ಮನಸ್ಸಲ್ಲೇ ಅಂದುಕೊಂಡು ಮುಂದೆ ನಡೆದ.

ಗೌರಿ ಕೂಡ ರವಿಯನ್ನು ಇನ್ನೊಮ್ಮೆ ನೋಡಿದಳು. ಖಾಕಿ ಬಟ್ಟೆ, ಒಪ್ಪವಾದ ತಲೆಗೂದಲು. ಮನೆಯಲ್ಲಿ ಕೆಲಸದವರು ಬಂದಾಗಲೆಲ್ಲ ದರ್ಪ ತೋರುವ ಎಷ್ಟೋ ಜನರನ್ನು ಅವಳು ಊರಿನಲ್ಲಿ ನೋಡಿದ್ದಳು. ಆದರೆ ಈತನ ಮಾತಿನಲ್ಲಿ ಯಾವುದೇ ದರ್ಪವಿರಲಿಲ್ಲ, ಒಂದು ಸಹಜತೆ ಇತ್ತು.

"ಏ ರವಿ, ಬಂದ್ಯಾ? ಬಾರಪ್ಪ," ಶಂಕರಪ್ಪನವರ ದನಿ ರವಿಯನ್ನು ಬರಮಾಡಿಕೊಂಡಿತು.

ರವಿ, "ಹಾ... ಬಂದೆ ಸರ್," ಎಂದು ಹೇಳುತ್ತಾ ಒಳಗೆ ಹೋದ.

ರಾತ್ರಿ ಊಟದ ನಂತರ ಪಾತ್ರೆ ತೊಳೆಯುವಾಗ, ಶಾರದಮ್ಮ ಹೇಳಿದರು, "ಆ ರವಿ ಇದಾನಲ್ಲ, ಒಳ್ಳೆ ಹುಡುಗ. ಕಷ್ಟಪಟ್ಟು ದುಡೀತಾನೆ. ಅವನಿಗೆ ಅವನ ಕಾಲಮೇಲೆ ನಿಂತು ಸಾಧಿಸುವ ಛಲ ಅದಕ್ಕೆ ಮನೆಯಲ್ಲಿ ಹಣ ಎಷ್ಟೇ ಇದ್ದರು ಆಟೋ ಓಡಿಸುತ್ತಾನೆ."

ಈ ಮಾತು ಕೇಳಿ ಗೌರಿಗೆ ರವಿಯ ಮೇಲೆ ಇನ್ನಷ್ಟು ಗೌರವ ಮೂಡಿತು. ಹಣ ಇದೆ ಎಂದು ದರ್ಪ ತೋರುವವರ ನಡುವೆ ಸಾಧಿಸುವ ಛಲ ಇದೆಯಲ್ಲ ಎಂದೆನಿಸಿತು.

ಒಂದು ದಿನ ಭಾನುವಾರ. ಶಂಕರಪ್ಪನವರು ಮತ್ತು ಶಾರದಮ್ಮ ದೇವಸ್ಥಾನಕ್ಕೆ ಹೋಗಿದ್ದರು. ರವಿ ಅವರನ್ನು ಬಿಟ್ಟು ವಾಪಸ್ ಬಂದು, ಕಾರನ್ನು ಶೆಡ್ ನಲ್ಲಿ ನಿಲ್ಲಿಸಿ, ಅದನ್ನು ತೊಳೆಯುತ್ತಿದ್ದ.

ಗೌರಿ ಅಂಗಳದಲ್ಲಿ ಒಣಗ ಹಾಕಿದ್ದ ಅಡಿಕೆಗಳನ್ನು ತಿರುವಿ ಹಾಕುತ್ತಿದ್ದಳು. ಬಿಸಿಲು ಏರುತ್ತಿತ್ತು.

ರವಿ ಬಕೆಟ್ ನಿಂದ ನೀರು ತೆಗೆದು ಕಾರಿನ ಮೇಲೆ ಎರಚಿದ. ನೀರಿನ ಹನಿಗಳು ಸಿಡಿದು ಗೌರಿಯ ಮುಖದ ಮೇಲೆ ಬಿದ್ದವು. ಗೌರಿ ಬೆಚ್ಚಿಬಿದ್ದು, "ಅಯ್ಯೋ! ಏನ್ ರವಿಯವರೆ, ನೋಡಲ್ವಾ? ಬಟ್ಟೆಯೆಲ್ಲಾ ಒದ್ದೆಯಾಯ್ತು," ಎಂದು ರೇಗಿದಳು.

ರವಿ ಕಕ್ಕಾಬಿಕ್ಕಿಯಾಗಿ, "ಸಾರಿ ಗೌರಿ, ನಿಜವಾಗ್ಲೂ ಗೊತ್ತಾಗ್ಲಿಲ್ಲ. ಕಾರ್ ತೊಳೆಯೋ ಭರದಲ್ಲಿ... ಕ್ಷಮಿಸಿ," ಎಂದ. ಅವನ ದನಿಯಲ್ಲಿ ನಿಜವಾದ ಮುಜುಗರವಿತ್ತು.

"ಪರವಾಗಿಲ್ಲ, ಇನ್ನೊಂದ್ಸಲ ನೋಡಿ ಕೆಲಸ ಮಾಡಿ," ಎಂದು ಗೌರಿ ಮುಖ ಒರೆಸಿಕೊಂಡು ತನ್ನ ಕೆಲಸ ಮುಂದುವರೆಸಿದಳು.

ರವಿ ಸ್ವಲ್ಪ ಹೊತ್ತು ಸುಮ್ಮನಿದ್ದು, ಆಮೇಲೆ ಮೆಲ್ಲಗೆ ಮಾತು ಶುರು ಮಾಡಿದ "ನಿಮ್ಮನ್ನ ಈ ಊರಲ್ಲಿ ನಾನು ನೋಡಿದ ಹಾಗೆ ಇಲ್ಲ. ನಿಮ್ಮ ಹೆಸರೇನು? ಯಾವೂರು ನಿಮ್ಮದು?"

"ಗೌರಿ, ಮಲೆನಾಡು" ಎಂಬ ನೀರಸ ಪ್ರತಿಕ್ರಿಯೆ ಗೌರಿಯಿಂದ ಬಂತು.

ಆದರೂ ಧೈರ್ಯ ಮಾಡಿ ರವಿ ಮಾತು ಮುಂದುವರೆಸಿದ "ಗೌರಿ, ಬೆಳಗ್ಗಿಂದ ಸಂಜೆವರೆಗೂ ಬರೀ ಕೆಲಸಾನೇ ಮಾಡ್ತಿರ್ತೀಯಾ? ನಂಗೆ ನೋಡಿದ್ರೆ ಆಯಾಸ ಅನ್ಸುತ್ತೆ."

ಗೌರಿ ನಿಂತಳು. ಅವಳ ಕಣ್ಣಲ್ಲಿ ಒಂದು ಕ್ಷಣ ನೋವು ಹಾದುಹೋಯಿತು. "ಕೆಲಸ ಮಾಡಿದ್ರೇನೇ ನಮ್ ಹೊಟ್ಟೆ ತುಂಬೋದು. ನಮ್ಗೆ ನಿಮ್ಮ ಹಂಗೆ ತಿರುಗಾಡೋ ಭಾಗ್ಯ ಎಲ್ಲಿರುತ್ತೆ?"

ರವಿ ಅದಕ್ಕೆ ಒಪ್ಪಲಿಲ್ಲ "ಅದ್ಯಾಕೆ ಹಾಗೆ ಅಂತೀಯಾ? ಎಲ್ಲರಿಗೂ ಒಂದು ಕನಸು ಅಂತ ಇದ್ದೇ ಇರುತ್ತೆ. ದುಡಿಯೋದು ನಿನ್ನ ಜವಾಬ್ದಾರಿ, ಹಾಗಂತ ನಿನ್ನ ಕನಸಿನ ಕಥೆ ಏನು?"

ಗೌರಿ ನಕ್ಕಳು, "ಕನಸಾ? ಬಡವರಿಗೆ ಕನಸು ಕಾಣುವ ಅಧಿಕಾರ ಇಲ್ಲ ರವಿ. ಅದು ಬಿಡಿ, ನಿಮ್ಮ ಕನಸೇನು ಹಾಗಾದರೆ?"

"ನಾನು ಹೀಗೆ ಆಟೋ ಓಡಿಸಿಕೊಂಡು ಇರೋಕೆ ಇಷ್ಟವಿಲ್ಲ, ದೊಡ್ಡ ಮನುಷ್ಯ ಆಗ್ಬೇಕು," ರವಿ ಹೇಳಿದ.

"ದೊಡ್ಡ ಮನುಷ್ಯ ಅಂದ್ರೆ?" ಗೌರಿ ಕುತೂಹಲದಿಂದ ಕೇಳಿದಳು.

"ಊರಲ್ಲಿರೋರು ನನ್ನನ್ನ ನೋಡಿ ಗೌರವ ಕೊಡಬೇಕು. ಅಪ್ಪ ಯಾವಾಗಲೂ 'ದಡ್ಡ' ಅಂತ ಬೈತಿರ್ತಾರೆ. ಅದನ್ನ ಸುಳ್ಳು ಮಾಡ್ಬೇಕು. ಯಾವುದಾದ್ರೂ ಒಂದು ಅಧಿಕಾರದ ಕೆಲಸ ಹಿಡಿಬೇಕು. ಈ 'ಹೋಂ ಗಾರ್ಡ್' ಸೇರಿದ್ರೆ ಸಾಕು, ಆ ಖಾಕಿ ಬಟ್ಟೆ ಹಾಕೊಂಡ್ರೆ ಊರಲ್ಲಿ ಸಿಗೋ ಮರ್ಯಾದೆನೇ ಬೇರೆ," ರವಿ ತನ್ನ ಮನಸ್ಸಿನ ಇಂಗಿತವನ್ನು ಹೊರಹಾಕಿದ.

ಗೌರಿಗೆ ಸ್ವಲ್ಪ ಆಶ್ಚರ್ಯವಾಯಿತು. "ಹೋಂ ಗಾರ್ಡ್ ಸೇರೋಕೂ ಓದಿರ್ಬೇಕು, ಪರೀಕ್ಷೆ ಪಾಸ್ ಮಾಡಿರಬೇಕು ಅಲ್ವಾ?"

ರವಿ ಸ್ವಲ್ಪ ಮಂಕಾದ. "ಅದೇ ನಂಗೆ ಪ್ರಾಬ್ಲಂ. ನಾನು ಏಳನೇ ಕ್ಲಾಸ್ ಫೇಲ್. ಮೇಷ್ಟ್ರು ಹೊಡೆಯೋದಕ್ಕೆ ಹೆದರಿ ಶಾಲೆ ಬಿಟ್ಟೆ. ಈಗ

ಪಶ್ಚಾತ್ತಾಪ ಆಗ್ತಿದೆ. ಆದ್ರೆ ಹೋಂ ಗಾರ್ಡ್ ಸೇರೋಕೆ ಎಂಟನೇ ಕ್ಲಾಸ್ ಪಾಸ್ ಆಗ್ಬೇಕು ಅಂತಾರೆ. ಹೆಂಗಾದ್ರೂ ಮಾಡಿ ಪ್ರೈವೇಟ್ ಆಗಿ ಪರೀಕ್ಷೆ ಕಟ್ಟಿ ಪಾಸ್ ಆಗ್ಬೇಕು ಅಂತ ಇದೀನಿ."

ಗೌರಿಗೆ ಅವನ ಬಗ್ಗೆ ಅನುಕಂಪ ಮೂಡಿತು. ಹೆಚ್ಚು ಓದಿಲ್ಲದಿದ್ದರೂ ತನ್ನನ್ನು ತಾನು ಸಾಬೀತುಪಡಿಸಿಕೊಳ್ಳಬೇಕೆಂಬ ಛಲ ಇದೆಯಲ್ಲ ಎಂದುಕೊಂಡಳು. "ದೇವರಿದ್ದಾನೆ ರವಿ" ಎಂದಳು.

ಅಂದಿನಿಂದ ಗೌರಿ ಮತ್ತು ರವಿಯ ಸ್ನೇಹ ಗಟ್ಟಿಯಾಗತೊಡಗಿತು. ರವಿ ಬಂದಾಗಲೆಲ್ಲ ಗೌರಿ ಅವನಿಗಾಗಿ ಏನಾದರೂ ತಿಂಡಿ, ಟೀ ಮಾಡಿಡುತ್ತಿದ್ದಳು. ರವಿ ಕೂಡ ಗೌರಿಗೆ ಊರಿನ ವಿಶೇಷಗಳನ್ನು ತಂದುಕೊಡುತ್ತಿದ್ದ. ಕೆಲವೊಮ್ಮೆ ತಾನು ನೋಡಿದ ಸಿನಿಮಾಗಳ ಕಥೆ ಹೇಳುತ್ತಿದ್ದ.

ಹೀಗೆ ಅವರ ನಡುವೆ ಒಂದು ಸೇತುವೆ ನಿರ್ಮಾಣವಾಯಿತು. ಅದು ಸ್ನೇಹದ ಸೇತುವೆಯೋ ಅಥವಾ ಪ್ರೇಮದ ಸೇತುವೆಯೋ ಎಂಬುದು ಅವರಿಬ್ಬರಿಗೂ ಸ್ಪಷ್ಟವಿರಲಿಲ್ಲ.

***

"ಉರಿಯುವ ಬೆಂಕಿಗೆ ತುಪ್ಪ ಸುರಿದರೆ ಬೆಳಕು ಹೆಚ್ಚುತ್ತದೆಯೇ ಹೊರತು ಶಾಂತಿಯಲ್ಲ. ಪ್ರೇಮವೂ ಹಾಗೆಯೇ, ಅಂತರವನ್ನು ಅಳಿಸಿದಷ್ಟು ಅಪಾಯ ಹತ್ತಿರವಾಗುತ್ತದೆ."

ಮಳೆಗಾಲ ಕಳೆದು ಚಳಿಗಾಲ ಆರಂಭವಾಗಿತ್ತು. ಕರಾವಳಿಯ ಈ ಭಾಗದಲ್ಲಿ ಚಳಿಯೆಂದರೆ ಮಲೆನಾಡಿನಂತೆ ಎಲುಬು ಕೊರೆಯುವುದಲ್ಲ; ಬದಲಿಗೆ ಮೈಗೆ ಹಿತವಾದ, ಸೂರ್ಯನ

ಬಿಸಿಲನ್ನು ಇನ್ನಷ್ಟು ಅಪೇಕ್ಷಿಸುವಂತಹ ನವಿರು ಚಳಿ. ಕುಂದಾಪುರದ ಕಡೆ ಬೆಳಿಗ್ಗೆ ಬೀಳುವ ಮಂಜು, ಪ್ರಕೃತಿಗೆ ಬೆಳ್ಳಿಯ ಸೀರೆ ಉಡಿಸಿದಂತಿರುತ್ತಿತ್ತು. ತೋಟದ ತೆಂಗಿನ ಮರಗಳ ಮೇಲಿನಿಂದ ಇಬ್ಬನಿ ಹನಿಗಳು ಟಪ್ ಟಪ್ ಎಂದು ಉದುರುತ್ತಿದ್ದವು. ಗೌರಿಯ ದಿನಚರಿ ಯಥಾಪ್ರಕಾರ ಸಾಗಿತ್ತು, ಆದರೆ ಈಗ ಅದರಲ್ಲಿ ಒಂದು ಹೊಸ ಉತ್ಸಾಹ ಸೇರಿಕೊಂಡಿತ್ತು. ಬದುಕಿನ ಬಂಡಿ ಎಳೆಯುವ ಜವಾಬ್ದಾರಿಯ ನಡುವೆ, ಅವಳ ಮನಸ್ಸಿನ ಮೂಲೆಯಲ್ಲೆಲ್ಲೋ ಒಂದು ಸಣ್ಣ ಆಸೆಯ ಚಿಗುರು ಒಡೆದಿತ್ತು. ಅದು ರವಿಗೆ ಅಕ್ಷರಾಭ್ಯಾಸ ಮಾಡಿಸುವ ಜವಾಬ್ದಾರಿ.

ಒಂದು ದಿನ ಸಂಜೆ, ರವಿ ಕೈಯಲ್ಲಿ ಒಂದು ಪುಸ್ತಕ ಹಿಡಿದುಕೊಂಡು ಬಂದ. ಮುಖದಲ್ಲಿ ಏನೋ ಗಲಿಬಿಲಿ, ಜೊತೆಗೆ ಒಂದು ರೀತಿಯ ಸಂಕೋಚ. ಶಂಕರಪ್ಪನವರು ಒಳಗೆ ಪೂಜೆ ಮಾಡುತ್ತಿದ್ದರು. ಮನೆಯ ತುಂಬೆಲ್ಲಾ ಅಗರಬತ್ತಿಯ ಘಮ ತುಂಬಿಕೊಂಡಿತ್ತು. ಗೌರಿ ತುಳಸಿ ಕಟ್ಟೆಗೆ ದೀಪ ಹಚ್ಚುತ್ತಿದ್ದಳು. ದೀಪದ ಬೆಳಕು ಅವಳ ಮುಖದ ಮೇಲೆ ಬಿದ್ದಾಗ, ಅವಳ ಸೌಂದರ್ಯ ಮತ್ತಷ್ಟು ಕಳೆಗಟ್ಟಿತ್ತು.

"ಗೌರಿ... ಇದ್ರಲ್ಲಿ ಏನೋ ಬರ್ದಿದೆ. ಸ್ವಲ್ಪ ಓದಿ ಹೇಳ್ತೀಯಾ?" ಎಂದು ಪುಸ್ತಕವನ್ನು ಗೌರಿಯ ಕೈಗಿತ್ತ. ಅವನ ಕೈ ನಡುಗುತ್ತಿತ್ತು.

ಗೌರಿ ಪುಸ್ತಕವನ್ನು ಕೈಗೆತ್ತಿಕೊಂಡಳು. ಅದು 'ಹೋಂಗಾರ್ಡ್ (ಊತಜು ಉಣಚಿಡಿಜ) ನೇಮಕಾತಿ ಕೈಪಿಡಿ'. ಅದರ ಮೇಲಿದ್ದ ಪೊಲೀಸ್ ಚಿತ್ರ ನೋಡಿ ಅವಳಿಗೆ ರವಿಯ ಕನಸು ನೆನಪಾಯಿತು.

"ಇದರಲ್ಲಿ ಹೋಂಗಾರ್ಡ್ ಸೇರುವ ಬಗ್ಗೆ ಇದೆ ರವಿ. ಏಳನೇ ಕ್ಲಾಸ್ ಪಾಸ್ ಆಗಿದ್ರೆ ಸಾಕು ಅಂತೆ. ದೈಹಿಕ ಪರೀಕ್ಷೆ ಇರುತ್ತೆ ಅಂತ ಬರೆದಿದೆ," ಗೌರಿ ಓದಿ ಹೇಳಿದಳು. ನಂತರ ಅವಳ ಮುಖದಲ್ಲಿ ಪ್ರಶ್ನಾರ್ಥಕ ಭಾವ ಮೂಡಿತು. "ಆದ್ರೆ ನಿನಗೆ ಇದನ್ನೇ ಓದೋಕೆ ಬರಲ್ಲ ಅಂತೀಯಾ, ಅರ್ಜಿ ಹೇಗೆ ಹಾಕ್ತೀಯಾ? ಓದದೆ ಪರೀಕ್ಷೆ ಹೇಗೆ ಬರೀತೀಯಾ?"

ರವಿಯ ಮುಖ ಕಪ್ಪಿಟ್ಟಿತು. ಅವನು ಸುತ್ತಲೂ ಕಣ್ಣಾಡಿಸಿದ, ಯಾರಾದರೂ ಕೇಳಿಸಿಕೊಳ್ಳುತ್ತಿದ್ದಾರೆಯೇ ಎಂದು. "ಅದೇ ದೊಡ್ಡ ಗೋಳು ಕಣೆ ಗೌರಿ. ಅಪ್ಪನ ಹತ್ರ ಕೇಳೋ ಧೈರ್ಯ ಇಲ್ಲ. ಅವರು ಯಾವಾಗ್ಲೂ 'ನೀನು ದಡ್ಡ, ನಿನ್ನ ಕೈಯಲ್ಲಿ ಏನು ಆಗಲ್ಲ' ಅಂತಾರೆ. ಈ ಸಾರಿ ನಾನು ಪಾಸ್ ಆಗಿ ತೋರಿಸ್ಬೇಕು. ಆಗಾದ್ರೂ ಅವರು ನನ್ನನ್ನ ಮಗ ಅಂತ ಒಪ್ಕೊಳ್ತಾರೆ," ರವಿಯ ದನಿಯಲ್ಲಿ ತಂದೆಯ ಮೆಚ್ಚುಗೆಗಾಗಿ ಹಪಹಪಿಸುವ ಮಗುವಿನ ಆರ್ತನಾದವಿತ್ತು. ಸಮಾಜದಲ್ಲಿ ಗತ್ತಿನಿಂದ ತಿರುಗಾಡುವ ಆಟೋ ಡ್ರೈವರ್, ತನ್ನ ತಂದೆಯ ಮುಂದೆ ಕೇವಲ ಒಂದು ಬೆಲೆಬಾಳದ ವಸ್ತುವಾಗಿದ್ದ.

ಗೌರಿಗೆ ಅವನ ಅಸಹಾಯಕತೆ ಕಂಡು ಮರುಕವಾಯಿತು. ಒಬ್ಬ ಗಂಡಸಾಗಿ, ಎಲ್ಲರ ಮುಂದೆ ಗಟ್ಟಿಗನಂತೆ ಓಡಾಡುವವನು, ಈಗ ಚಿಕ್ಕ ಮಗುವಿನಂತೆ ನಿಂತಿದ್ದ. ಆದರೆ ಆ ದೌರ್ಬಲ್ಯದಲ್ಲಿ ಒಂದು ಸತ್ಯವಿತ್ತು ಅವನು ಅಧಿಕಾರಕ್ಕೆ, ಸಮಾಜಕ್ಕೆ ಹೆದರುವವನು. ಈ ಭಯವೇ ಮುಂದೆ ಅವನ ಶತ್ರುವಾಗಬಹುದು ಎಂದು ಅವಳಿಗೆ

ಆಗ ಅನ್ನಿಸಲಿಲ್ಲ. ಗಂಡಸರ ಅಹಂಕಾರದ ಹಿಂದೆ ಅಡಗಿರುವ ಈ ಭಯ ಎಷ್ಟೋ ಬಾರಿ ಅಪಾಯಕಾರಿ.

"ನಾನು ಹೇಳಿಕೊಡಲಾ?" ಎಂದು ಗೌರಿ ಕೇಳಿದಳು. ಅವಳ ಧ್ವನಿಯಲ್ಲಿ ತಾಯಿಯಂತಹ ಮಮತೆ ಇತ್ತು.

ರವಿ ಕಣ್ಣು ಅರಳಿಸಿದ. "ನಿಜವಾಗ್ಲೂ? ನೀನು ನಂಗೆ ಮೇಷ್ಟ್ರು ಆಗ್ತೀಯಾ? ನಾನು ದಡ್ಡ ಕಣೆ, ನಂಗೆ ಹೇಳಿಕೊಡೋದು ಕಷ್ಟ. ಆದ್ರೆ ನೀನು ಕಲಿಸಿದ್ರೆ ನಾನು ಕಲಿಬಹುದು ಅನ್ನೋ ನಂಬಿಕೆ ಇದೆ."

"ಪರವಾಗಿಲ್ಲ. ಪ್ರಯತ್ನ ಪಟ್ಟರೆ ಬಾರದ ವಿದ್ಯೆ ಇದೆಯೇ? ರಾತ್ರಿ ಕೆಲಸ ಎಲ್ಲಾ ಆದ್ಮೇಲೆ, ಯಾರಿಗೂ ಗೊತ್ತಿಲ್ದೆ ಬನ್ನಿ. ಕೊಟ್ಟಿಗೆ ಪಕ್ಕದ ಜಗಲಿಯಲ್ಲಿ ದೀಪ ಇರುತ್ತೆ. ಅಲ್ಲಿ ಹೇಳಿಕೊಡ್ತೀನಿ," ಗೌರಿ ಧೈರ್ಯ ಮಾಡಿ ಹೇಳಿದಳು.

"ಥ್ಯಾಂಕ್ಸ್ ಗೌರಿ" ರವಿ ಸಂತೋಷದಿಂದ ಹೇಳಿದ. ಅವನ ಕಣ್ಣುಗಳಲ್ಲಿ ಹೊಸ ಕನಸು ಮೂಡಿತ್ತು.

ಅಂದಿನಿಂದ ಗೌರಿ ರವಿಯ 'ಮೇಷ್ಟ್ರು' ಆದಳು. ರಾತ್ರಿ ಊಟವಾದ ನಂತರ, ಶಂಕರಪ್ಪ ಮತ್ತು ಶಾರದಮ್ಮ ಮಲಗಿದ ಮೇಲೆ, ಗೌರಿ ಹಿತ್ತಲ ಬಾಗಿಲಲ್ಲಿ ಕಾಯುತ್ತಿದ್ದಳು. ರವಿ ಕದ್ದು ಮುಚ್ಚಿ ಬರುತ್ತಿದ್ದ. ಕೈಯಲ್ಲಿ ಒಂದು ಹಳೆಯ ಸ್ಲೇಟು ಮತ್ತು ಬಳಪ ಹಿಡಿದು ಕುಳಿತುಕೊಳ್ಳುತ್ತಿದ್ದ. ಕತ್ತಲೆಯ ನಡುವೆ ಉರಿಯುವ ಆ ಸೀಮೆಎಣ್ಣೆ ದೀಪ, ಅವರಬ್ಬರ ಹೊಸ ಪ್ರಪಂಚಕ್ಕೆ ಸಾಕ್ಷಿಯಾಗಿತ್ತು.

ಮೊದಲ ದಿನ, ರವಿ 'ಅ' ಬರೆಯಲು ಹೆಣಗಾಡಿದ. ಅವನ ಬೆರಳುಗಳು ಪೆನ್ನು ಹಿಡಿಯಲು ಒಗ್ಗಿರಲಿಲ್ಲ. ಆಟೋ ಸ್ಟಿಯರಿಂಗ್

ಹಿಡಿದು ಗಡುಸಾಗಿದ್ದ ಕೈಗಳಿಗೆ, ಸಣ್ಣ ಬಳಪ ಹಿಡಿಯುವುದು ಕಷ್ಟವಾಗಿತ್ತು. ಅಕ್ಷರಗಳು ವಕ್ರವಾಗಿ ಮೂಡುತ್ತಿದ್ದವು.

"ಅ – ಅರಸ... ಹೇಳಿ ಬರೀರಿ," ಗೌರಿ ಗದರಿಸಿದಳು.

"ಅ – ಅರಸ..." ರವಿ ಪುನರುಚ್ಚರಿಸಿದ. ಆದರೆ ಅವನ ಗಮನ ಸ್ಲೇಟ್ ಮೇಲಿರಲಿಲ್ಲ, ಗೌರಿಯ ಮುಖದ ಮೇಲಿತ್ತು. ದೀಪದ ಬೆಳಕಿನಲ್ಲಿ ಅವಳ ಮುಖದ ಮೇಲಿದ್ದ ಬೆವರು ಮುತ್ತಿನಂತೆ ಹೊಳೆಯುತ್ತಿತ್ತು. ಅವಳ ಕಣ್ಣುಗಳ ಹೊಳಪು ಆ ಕತ್ತಲೆಯಲ್ಲೂ ಅವನನ್ನು ಆಕರ್ಷಿಸುತ್ತಿತ್ತು.

"ಏನ್ ನೋಡ್ತಿದ್ದೀರಾ? ಸ್ಲೇಟ್ ನೋಡಿ. ಇಲ್ಲಾಂದ್ರೆ ಏಟು ಬೀಳುತ್ತೆ," ಗೌರಿ ಸುಳ್ಳು ಕೋಪ ತೋರಿಸಿದಳು.

"ಮೇಷ್ಟ್ರು ಮುಖ ನೋಡಿದ್ರೆ ಪಾಠ ಚೆನ್ನಾಗಿ ತಲೇಲಿ ಉಳಿಯುತ್ತೆ ಅಂತ ಯಾರೋ ಹೇಳಿದ್ರು," ರವಿ ಕೀಟಲೆ ಮಾಡಿದ.

"ಯಾರು ಹೇಳಿದ್ದು? ಸುಳ್ಳು. ಗಮನ ಇಲ್ಲದಿದ್ರೆ ಸರಸ್ವತಿ ಒಲಿಯಲ್ಲ," ಗೌರಿ ಗಂಭೀರವಾಗಿ ಹೇಳಿದಳು. ಆದರೆ ಅವಳಿಗೂ ಒಳಗೊಳಗೆ ಅವನ ನೋಟ ಇಷ್ಟವಾಗುತ್ತಿತ್ತು.

ದಿನಗಳು ಕಳೆದಂತೆ, ಪಾಠದ ನೆಪದಲ್ಲಿ ಅವರ ನಡುವೆ ಬೇರೆಯದೇ ಒಂದು ಪಾಠ ಕಲಿಯಲ್ಪಡುತ್ತಿತ್ತು. ಅದು ಪ್ರೀತಿಯ ಪಾಠ. ಅಕ್ಷರಗಳು ಕೂಡಲೇ ಬರಲಿಲ್ಲ, ಆದರೆ ಅವರ ಹೃದಯಗಳು ಹತ್ತಿರವಾದವು. ಒಬ್ಬರನ್ನೊಬ್ಬರು ಅರ್ಥ ಮಾಡಿಕೊಳ್ಳುವ ಪ್ರಯತ್ನ, ಪರಸ್ಪರರ ಕಷ್ಟಗಳಿಗೆ ಸ್ಪಂದಿಸುವ ಗುಣ ಅವರ ನಡುವಿನ ಅಂತರವನ್ನು ಅಳಿಸಿತ್ತು.

ಒಮ್ಮೆ ರವಿ 'ಕ' ಬರೆಯಲು ಕಷ್ಟಪಡುತ್ತಿದ್ದ. "ಇದು ಯಾಕೋ ಬರ್ತಾನೇ ಇಲ್ಲ ಗೌರಿ. ಕೈ ತಿರುಗಲ್ಲ," ಎಂದು ಗೊಣಗಿದ.

ಗೌರಿ ಅವನ ಪಕ್ಕ ಸರಿದು ಕುಳಿತಳು. "ಕೊಡಿ ನಿಮ್ಮ ಕೈ," ಎಂದು ಅವನ ಬಲಗೈಯನ್ನು ತನ್ನ ಕೈಯಲ್ಲಿ ಹಿಡಿದಳು. ರವಿಯ ಕೈ ಒರಟಾಗಿತ್ತು, ಗೌರಿಯ ಕೈ ಹೂವಿನಂತೆ ಮೃದುವಾಗಿತ್ತು.

"ನೋಡಿ, ಹೀಗೆ ರೌಂಡ್ ಹಾಕಿ, ಆಮೇಲೆ ಮೇಲೆ ಎಳಿಬೇಕು ನೀವು ಶಾಲೆಯಲ್ಲಿ ಕಲಿತಿದ್ದೆಲ್ಲಾ ಅಷ್ಟು ಬೇಗ ಮರೆತರೆ ಹೇಗೆ ?" ಎಂದು ಗೌರಿ ಅವನ ಕೈಯನ್ನು ಚಲಿಸಿದಳು.

ಆ ಸ್ಪರ್ಶ ವಿದ್ಯುತ್ ಸಂಚಲನದಂತೆ ಇಬ್ಬರನ್ನೂ ವ್ಯಾಪಿಸಿತು. ರವಿಯ ಉಸಿರಾಟ ಜೋರಾಯಿತು. ಗೌರಿಯ ಕೆನ್ನೆ ಕೆಂಪಾಯಿತು. ಅವಳು ತಕ್ಷಣ ಕೈ ಹಿಂತೆಗೆದುಕೊಳ್ಳಲಿಲ್ಲ. ಆ ಮೌನದಲ್ಲಿ ಸಾವಿರಾರು ಮಾತುಗಳಿದ್ದವು. ರವಿ ಅವಳ ಬೆರಳುಗಳನ್ನು ಮೆಲ್ಲಗೆ ಅದುಮಿದ.

"ಗೌರಿ... ನೀನು ಮಾತ್ರ ನನ್ನನ್ನ ಹೀಗೆ ನೋಡೋದು. ಬೇರೆ ಎಲ್ಲರೂ ಕೀಳಾಗಿ ನೋಡ್ತಾರೆ," ರವಿ ಮೆಲುದನಿಯಲ್ಲಿ ಹೇಳಿದ. ಅವನಿಗೆ ಗೌರಿಯ ಸಾಮೀಪ್ಯದಲ್ಲಿ ಒಂದು ವಿಚಿತ್ರ ಭದ್ರತೆ ಸಿಗುತ್ತಿತ್ತು. ಇಲ್ಲಿ ಅವನನ್ನು ಯಾರೂ ಜಡ್ಜ್ ಮಾಡುತ್ತಿರಲಿಲ್ಲ.

ಗೌರಿಯ ಎದೆ ಡವ ಡವ ಎಂದು ಬಡಿದುಕೊಳ್ಳುತ್ತಿತ್ತು. ಅವಳು ಮೆಲ್ಲಗೆ ಕೈ ಬಿಡಿಸಿಕೊಂಡಳು. "ಸುಮ್ನಿರಿ, ಯಾರಾದ್ರೂ ಬರ್ತಾರೆ," ಎಂದು ಪಿಸುಗುಟ್ಟಿದಳು.

"ಬರ್ಲಿ ಬಿಡು. ನಾನು ನಿನ್ನ ಮದುವೆ ಆಗ್ತೀನಿ. ಆಗ ನೀನು ಯಾವತ್ತೂ ನನ್ನ ಜೊತೆ ಇರಬಹುದು," ರವಿ ಆ ಕ್ಷಣದ

ಭಾವುಕತೆಯಲ್ಲಿ ಮಾತು ಕೊಟ್ಟ. ಅವನ ದನಿಯಲ್ಲಿ ನಡುಕವಿತ್ತು. "ನಂಗೆ ಭಯ ಆಗುತ್ತೆ ಗೌರಿ. ಎಲ್ಲರೂ ನನ್ನನ್ನ ಸೋತವನು ಅಂತಾರೆ. ನೀನು ಮಾತ್ರ ನನ್ನನ್ನ ನಂಬ್ತೀಯಾ. ನೀನು ಇದ್ರೆ ನಾನು ಎಲ್ರನ್ನೂ ಗೆಲ್ಲಬಲ್ಲೆ." ಅದು ಅವನ ಮನದಾಳದ ನಿರ್ಧಾರವಾಗಿರಲಿಲ್ಲ, ಕೇವಲ ಆ ಕ್ಷಣದ ಅಭದ್ರತೆಯನ್ನು ಮುಚ್ಚಿಕೊಳ್ಳುವ ಪ್ರಯತ್ನವಾಗಿತ್ತು.

'ಮದುವೆ' – ಈ ಶಬ್ದ ಗೌರಿಯ ಕಿವಿಯಲ್ಲಿ ಜೇನಿನಂತೆ ಕೇಳಿಸಿತು. ತಂದೆ ಇಲ್ಲದ ಬಡ ಹುಡುಗಿ, ತನ್ನ ಕುಟುಂಬದ ಜವಾಬ್ದಾರಿ ಹೊತ್ತವಳು. ಅವಳನ್ನು ಮದುವೆಯಾಗಲು ಯಾರು ಮುಂದೆ ಬರುತ್ತಾರೆ? ಆದರೆ ರವಿ... ರವಿ ಅವಳನ್ನು ಒಪ್ಪಿಕೊಂಡಿದ್ದ.

ಮದುವೆ... ಈ ಮಾತು ನಿಜಾನಾ? ಅಥವಾ ಆಟೋ ಹಿಂದಿನ ಸೀಟ್ ನಲ್ಲಿ ಬರೆದ ಕವಿತೆಯ ಹಂಗಾ? ಇವರು ಬಡವರಲ್ಲ, ಇವರಪ್ಪ ಸಾಹುಕಾರರು ಅಂತ ಕೇಳ್ಪಟ್ಟಿದ್ದೀನಿ. ನಾನು ಯಾರು? ಕೂಲಿ ಮಾಡೋಳು. ಆಕಾಶಕ್ಕೆ ಏಣಿ ಹಾಕೋದು ತಪ್ಪಾ? ಆದ್ರೆ ಇವರ ಕಣ್ಣಲ್ಲಿರೋದು ಪ್ರೀತಿ ಅನ್ಸುತ್ತೆ. ನನ್ನ ಬಡತನವನ್ನ ಮೀರಿ ನನ್ನನ್ನ ಪ್ರೀತಿಸೋ ಮನಸ್ಸು ಇವರಿಗೆ ಇದೆಯಾ? ಇದ್ದರೆ ನಾನೇ ಅದೃಷ್ಟವಂತೆ. ಇಲ್ಲದಿದ್ದರೆ...? ಇಲ್ಲ, ಕೆಟ್ಟ ಯೋಚನೆ ಬೇಡ. ದೇವರು ಇಷ್ಟು ಕ್ರೂರಿ ಆಗಿರಲ್ಲ. ಒಲವಿನ ದಾರಿಯಲ್ಲಿ ನಡೆಯುವಾಗ ಮುಳ್ಳುಗಳು ಕೂಡ ಹೂವಿನಂತೆ ಕಾಣುತ್ತವೆ.

"ನಿಜವಾಗ್ಲೂ? ನಿಮ್ಮ ಮನೆಯವರು ಒಪ್ತಾರಾ? ನಾವು ಬಡವರು..." ಗೌರಿ ಆತಂಕದಿಂದ ಕೇಳಿದಳು.

"ನಮ್ಮನೇಲಿ ನಾನೇ ರಾಜ... ಅಪ್ಪ... ಅಪ್ಪ ಒಪ್ತಾರೆ ಬಿಡು. ಅವರಿಗೆ ನಾನು ಏನಾದರೂ ಸಾಧಿಸೋದು ಮುಖ್ಯ," ರವಿ ತನಗೆ ತಾನೇ ಸಮರ್ಥಿಸಿಕೊಳ್ಳುವಂತೆ ಹೇಳಿದ. "ನಾನು ಹೇಳಿದ್ದೇ ಮಾತು. ನೀನು ಚಿಂತೆ ಮಾಡ್ಬೇಡ." ಆದರೆ ಅವನ ಕಣ್ಣುಗಳು ಅತ್ತಿತ್ತ ನೋಡುತ್ತಿದ್ದವು, ಎಲ್ಲೋ ಮೂಲೆಯಲ್ಲಿ ಅಪ್ಪನ ಕೋಪದ ಭಯ ಇಣುಕುತ್ತಿತ್ತು. ಆ ಭಯವನ್ನು ಅವನು ಮುಚ್ಚಿಡಲು ಪ್ರಯತ್ನಿಸುತ್ತಿದ್ದ.

ಗೌರಿ ಆ ಕ್ಷಣದಲ್ಲಿ ಕರಗಿ ಹೋದಳು. ಸದಾ ಬರಿ ಕುಟುಂಬದ ಜವಾಬ್ದಾರಿಗಳ ನಡುವೆ ಬೆಂದವಳಿಗೆ ಈ ಭಾವ ಮನಸ್ಸಿಗೆ ಹಿತವೆನಿಸಿತು. ಅವಳು ರವಿಯ ತೋಳಲ್ಲಿ ತಲೆ ಇಟ್ಟಳು. "ನಂಗೆ ಭಯ ಆಗುತ್ತೆ ರವಿ. ನೀವು ಕೈ ಬಿಡಲ್ಲ ಅಲ್ವಾ? ಬಡವರ ಕನಸುಗಳು ಗಾಜಿನ ಹಾಗೆ, ಬೇಗ ಒಡೆಯುತ್ತವೆ."

"ಪ್ರಾಣ ಹೋದ್ರೂ ನಿನ್ನ ಕೈ ಬಿಡಲ್ಲ ಗೌರಿ. ಇದು ಈ ದಡ್ಡ ರವಿ ಮಾತು," ರವಿ ಪ್ರಮಾಣ ಮಾಡಿದ.

ಗೌರಿಯ ಕೆನ್ನೆಯ ಮೇಲೆ ನಗು ಮೂಡಿತು.

ಆ ರಾತ್ರಿ, ಪಾಠ ಅರ್ಧಕ್ಕೆ ನಿಂತಿತು. ಆದರೆ ಅವರ ಪ್ರೇಮಕಾವ್ಯದ ಆರಂಭವಾಯಿತು. ಗೌರಿ ತನ್ನ ಕೋಣೆಗೆ ಬಂದು ಮಲಗಿದಾಗ, ಅವಳ ಮನಸ್ಸು ಆಕಾಶದಲ್ಲಿ ತೇಲುತ್ತಿತ್ತು. ತಾನು ರವಿಯ ಹೆಂಡತಿಯಾಗಿ, ತನ್ನ ತಮ್ಮ ತಂಗಿಯನ್ನು ಚೆನ್ನಾಗಿ ನೋಡಿಕೊಳ್ಳುತ್ತಿರುವ, ತಾಯಿಗೆ ವೈದ್ಯಕೀಯ ಚಿಕಿತ್ಸೆ ಕೊಡಿಸುತ್ತಿರುವ ಕನಸು ಕಂಡಳು. ರವಿ ಹೋಂಗಾರ್ಡ್ ಆಗಿ ತನಗೆ ರೇಷ್ಮೆ ಸೀರೆ

ತಂದುಕೊಡುವುದನ್ನು ಕಲ್ಪಿಸಿಕೊಂಡಳು. ಆದರೆ ಆ ಕನಸುಗಳ ಅಡಿಪಾಯ ಎಷ್ಟು ಭದ್ರವಾಗಿದೆ ಎಂಬುದು ಆ ರಾತ್ರಿಯ ಕತ್ತಲೆಗೆ ಮಾತ್ರ ತಿಳಿದಿತ್ತು.

***

"ನಂಬಿಕೆ ಎಂಬುದು ಕನ್ನಡಿಯಂತೆ. ಒಡೆದರೆ ಚೂರುಗಳು ಚುಚ್ಚುತ್ತವೆ. ಆದರೆ ಆ ಚೂರುಗಳಲ್ಲಿ ನಮ್ಮ ನಿಜವಾದ ಮುಖ ಕಾಣುತ್ತದೆ."

ವಸಂತ ಕಾಲದ ಆಗಮನದೊಂದಿಗೆ, ಮರಗಿಡಗಳು ಚಿಗುರೊಡೆದಿದ್ದವು. ಶಂಕರಪ್ಪನವರ ತೋಟದಲ್ಲಿನ ಮಾವಿನ ಮರಗಳಲ್ಲಿ ಹೂವು ಬಿಟ್ಟು, ಎಳೆಗಾಯಿಗಳು ಕಾಣಿಸಿಕೊಳ್ಳಲಾರಂಭಿಸಿತ್ತು. ಪ್ರಕೃತಿಯ ಈ ಬದಲಾವಣೆ ಗೌರಿಯ ಮನಸ್ಸಿನಲ್ಲೂ ಪ್ರತಿಫಲಿಸುತ್ತಿತ್ತು. ರವಿಯ ಮೇಲಿನ ಅವಳ ಪ್ರೀತಿ ಈಗ ಕೇವಲ ಆಕರ್ಷಣೆಯಾಗಿ ಉಳಿದಿರಲಿಲ್ಲ, ಅದು ಅವಳ ಬದುಕಿನ ಆಧಾರಸ್ತಂಭವಾಗಿತ್ತು. ಬಡತನದ ಬೇಗೆಯಲ್ಲಿ ಬೆಂದವಳಿಗೆ, ರವಿಯ ಮಾತುಗಳು ತಂಪೆರಚುವ ಮಳೆಯ ಹನಿಯಂತೆ ಭಾಸವಾಗುತ್ತಿದ್ದವು.

ಈಗ ಅವರಿಬ್ಬರ ಭೇಟಿ ಕೇವಲ ರಾತ್ರಿಯ ಅಕ್ಷರಾಭ್ಯಾಸಕ್ಕೆ ಸೀಮಿತವಾಗಿರಲಿಲ್ಲ. ಶಂಕರಪ್ಪನವರು ಮಧ್ಯಾಹ್ನ ಮಲಗಿದಾಗ, ಅಥವಾ ಶಾರದಮ್ಮನವರು ಪಕ್ಕದ ಮನೆಗೆ ಹೋದಾಗ, ರವಿ ಹಿತ್ತಲ ಬಾಗಿಲಲ್ಲಿ ಪ್ರತ್ಯಕ್ಷನಾಗುತ್ತಿದ್ದ. ಅವರ ಕಣ್ಣೋಟಗಳು ಕದಿಯುತ್ತಿದ್ದ

ಕ್ಷಣಗಳು, ಬೆರಳುಗಳ ಮೃದು ಸ್ಪರ್ಶ, ಬದುಕಿನ ಕಷ್ಟಗಳನ್ನೆಲ್ಲಾ ಮರೆಸುತ್ತಿದ್ದವು.

ಊರಿನ ಜಾತ್ರೆ ಹತ್ತಿರ ಬರುತ್ತಿತ್ತು. ಊರೆಲ್ಲಾ ಸಿಂಗಾರಗೊಂಡಿತ್ತು. ಬೀದಿಗಳಲ್ಲಿ ತೋರಣ, ದೇವಸ್ಥಾನದ ಮುಂದೆ ಚಪ್ಪರ, ಮಕ್ಕಳ ಉತ್ಸಾಹ ಎಲ್ಲೆಡೆ ತುಂಬಿತ್ತು. ಶಂಕರಪ್ಪನವರ ಮನೆಯಲ್ಲೂ ಸಂಭ್ರಮವಿತ್ತು. ಶಾರದಮ್ಮನವರು ಗೌರಿಗೆ ಹೊಸ ಸೀರೆ ಕೊಡಿಸಿದ್ದರು.

"ಜಾತ್ರೆಗೆ ಉಟ್ಕೋ ಮಗಳೇ," ಎಂದಿದ್ದರು. ಆ ಸೀರೆಯ ಬಣ್ಣ ಗೌರಿಯ ಮುಖದಲ್ಲಿನ ನಾಚಿಕೆಯ ಬಣ್ಣವನ್ನೇ ಹೋಲುತ್ತಿತ್ತು.

ಜಾತ್ರೆಯ ದಿನ, ಶಂಕರಪ್ಪನವರು ಮತ್ತು ಶಾರದಮ್ಮ ದೇವಸ್ಥಾನಕ್ಕೆ ವಿಶೇಷ ಪೂಜೆಗೆ ಹೋಗಬೇಕಿತ್ತು. ಗೌರಿಗೆ ಅಂದು ವಿಪರೀತ ತಲೆನೋವು ಮತ್ತು ಸ್ವಲ್ಪ ಜ್ವರದ ಹಾಗಿತ್ತು. ಮೈಯೆಲ್ಲಾ ಒಂದು ರೀತಿಯ ಆಲಸ್ಯ ಆವರಿಸಿತ್ತು.

"ನಾನು ಬರೋಲ್ಲ ಅಮ್ಮ, ಮನೇಲೇ ಇರ್ತೀನಿ. ತಲೆ ಸಿಡಿತಾ ಇದೆ," ಗೌರಿ ಹೇಳಿದಳು.

"ಹೌದಾ? ಸರಿ ಮಗಳೇ, ರೆಸ್ಟ್ ತಗೋ. ನಾವೇ ಹೋಗಿ ಬರ್ತೀವಿ. ಬರುವಾಗ ಪ್ರಸಾದ ತರ್ತೀವಿ," ಎಂದು ಶಾರದಮ್ಮ ಗಂಡನೊಂದಿಗೆ ಹೊರಟರು.

ಮನೆಯಲ್ಲಿ ಗೌರಿ ಒಬ್ಬಳೇ ಇದ್ದಳು. ಮಧ್ಯಾಹ್ನದ ನಿಶ್ಯಬ್ದ ಆವರಿಸಿತ್ತು. ದೂರದಿಂದ ಜಾತ್ರೆಯ ಡೊಳ್ಳಿನ ಸದ್ದು ಕೇಳಿಸುತ್ತಿತ್ತು.

ಗೌರಿ ತನ್ನ ಕೋಣೆಯಲ್ಲಿ ಮಲಗಿದ್ದಳು. ಅವಳ ಮನಸ್ಸು ಮಾತ್ರ ರವಿಯ ಸುತ್ತಲೇ ಗಿರಕಿ ಹೊಡೆಯುತ್ತಿತ್ತು.

ಸ್ವಲ್ಪ ಹೊತ್ತಿನ ನಂತರ, ಮನೆಯ ಹಿತ್ತಲ ಬಾಗಿಲು ಮೆಲ್ಲಗೆ ತೆರೆದ ಸದ್ದು ಕೇಳಿಸಿತು. ಗೌರಿ ಬೆಚ್ಚಿಬಿದ್ದು ಎದ್ದಳು. "ಯಾರು?" ಎಂದು ಕೇಳುತ್ತಾ ಹೊರಗೆ ಬಂದಳು.

ಅಲ್ಲಿ ರವಿ ನಿಂತಿದ್ದ. ಅವನ ಮುಖದಲ್ಲಿ ಎಂದಿನಂತೆ ನಗುವಿರಲಿಲ್ಲ. ಬದಲಾಗಿ, ಏನೋ ಆಳವಾದ ದುಃಖ ಮತ್ತು ಬೇಸರ ಆವರಿಸಿತ್ತು. ಕಣ್ಣುಗಳು ಅಳುವಿನಿಂದಲೋ ಅಥವಾ ನಿದ್ದೆಯಿಲ್ಲದೆಯೋ ಕೆಂಪಾಗಿದ್ದವು.

"ರವಿ? ನೀವೇ? ಎಲ್ಲರೂ ಜಾತ್ರೆಗೆ ಹೋಗಿದ್ದಾರೆ... ನೀವು ಯಾಕೆ ಹೋಗಿಲ್ಲ?" ಗೌರಿ ಆಶ್ಚರ್ಯದಿಂದ ಕೇಳಿದಳು.

ರವಿ ಒಳಗೆ ಬಂದು ಬಾಗಿಲು ಹಾಕಿದ. "ಜಾತ್ರೆಗೆ ಹೋಗೋ ಮನಸ್ಸಿಲ್ಲ ಗೌರಿ. ಅಲ್ಲಿ ಎಲ್ಲರೂ ಅಪ್ಪನ ಸುತ್ತಾ ಗಿರಕಿ ಹೊಡಿತಾರೆ. ನಾನು ಬರೀ ಅವರ ನೆರಳಾಗಿರಬೇಕು. ನನ್ನದೇ ಅಂತ ಯಾವ ಅಸ್ತಿತ್ವನೂ ಇಲ್ಲದಾಗ, ಆ ನಕಲಿ ನಗು ನಗ್ತಾ ನಿಲ್ಲೋಕೆ ನಂಗೆ ಇಷ್ಟ ಇಲ್ಲ. ನೀನು ಹುಷಾರಿಲ್ಲ ಅಂತ ಒಬ್ಬೇ ಇದೀಯಾ ಅಂತ ಗೊತ್ತಾಯ್ತು. ಅದ್ಕೆ ನಿನ್ನ ನೋಡೋಕೆ ಬಂದೆ," ರವಿ ಮೆಲ್ಲನೆ ಹೇಳಿದ.

ಅವನ ಸಮೀಪ ಬರುತ್ತಿದ್ದಂತೆ, ಅವನ ಕಂಗಳಲ್ಲಿ ಮಡುಗಟ್ಟಿದ್ದ ಹತಾಶೆ ಗೌರಿಗೆ ಸ್ಪಷ್ಟವಾಗಿ ಕಂಡಿತು. ಅವಳ ಎದೆಯಲ್ಲಿ ಅವನ ಬಗ್ಗೆ ಮರುಕ ಶುರುವಾಯಿತು.

"ಏನಾಯ್ತು ರವಿ? ಯಾಕೆ ಹೀಗಿದ್ದೀರಾ?"

"ಇವತ್ತು ಅಪ್ಪ ಎಲ್ಲರೆದುರು ಬೈದ್ರು ಗೌರಿ. 'ನೀನು ಹುಟ್ಟೋದಕ್ಕೆ ಬದಲು ಕಲ್ಲಾಗಿ ಹುಟ್ಟಿದ್ರೆ ಮೆಟ್ಟಿಲಿಗೆ ಆದ್ರೂ ಆಗ್ತಿತ್ತು' ಅಂದ್ರು," ರವಿಯ ಕಣ್ಣಲ್ಲಿ ನೀರು ತುಂಬಿತ್ತು. ಅವನು ತನ್ನ ತಲೆಯನ್ನು ಗೋಡೆಗೆ ಒರಗಿಸಿಕೊಂಡ. "ನಾನು ಯಾರಿಗೂ ಬೇಡ ಗೌರಿ. ನನಗೆ ನಾನೇ ಅಸಹ್ಯವಾಗ್ತಿದ್ದೀನಿ. ಅಪ್ಪನ ಮುಂದೆ ನಾನು ಶೂನ್ಯ. ಆದ್ರೆ ನಿನ್ನ ಹತ್ರ ಮಾತ್ರ ನನಗೆ ನಾನು ಗಂಡಸು ಅಂತನ್ಸುತ್ತೆ. ನಿನ್ನ ಕಣ್ಣಲ್ಲಿ ಮಾತ್ರ ನನಗೆ ಬೆಲೆ ಇದೆ." ಅವನ ದನಿಯಲ್ಲಿನ ನೋವು ನಿಜವಾಗಿತ್ತು.

ಅವನು ಅವಳ ಕೈ ಹಿಡಿದು ತನ್ನ ಕೆನ್ನೆಗೆ ಒತ್ತುಕೊಂಡ. ಅವನ ಸ್ಪರ್ಶದಲ್ಲಿ ಪ್ರೀತಿ ಮತ್ತು ಆಸರೆಯ ದೈನೇಸಿತನವಿತ್ತು. "ನೀನೂ ನನ್ನನ್ನ ದೂರ ಮಾಡ್ಬೇಡ. ನೀನು ದೂರ ಆದ್ರೆ ನಾನು ಸತ್ತೇ ಹೋಗ್ತೀನಿ."

"ಅಳಬೇಡಿ ರವಿ. ಎಲ್ಲವೂ ಸರಿಯಾಗುತ್ತೆ. ನೀವು ಓದಿ ಪರೀಕ್ಷೆ ಪಾಸ್ ಮಾಡ್ತೀರಾ, ಅವಾಗ ನಿಮ್ಮಪ್ಪನಿಗೂ ನಿಮ್ಮ ಮೇಲೆ ನಂಬಿಕೆ ಬರುತ್ತೆ," ಗೌರಿ ಅವನ ಕಣ್ಣೀರು ಒರೆಸುತ್ತಾ ಮೃದುವಾಗಿ ಸಾಂತ್ವನ ಹೇಳಿದಳು. ಅವಳ ಎದೆಯಲ್ಲಿ ಅವನ ಮೇಲಿನ ಪ್ರೀತಿ ಉಕ್ಕಿ ಬಂತು. ಹೊರಗಿನ ಪ್ರಪಂಚಕ್ಕೆ ಗಟ್ಟಿಗನಾಗಿ ಕಾಣುವ ಈ ಜೀವ, ತನ್ನ ಮುಂದೆ ಇಷ್ಟು ಮಗುವಿನಂತೆ ಕರಗುತ್ತಿರುವುದು ಅವಳ ಹೃದಯವನ್ನು ಆರ್ದ್ರಗೊಳಿಸಿತು.

"ನನ್ನನ್ನ ಬಿಡಲ್ಲ ತಾನೇ ಗೌರಿ?" ರವಿ ಅವಳ ಕಣ್ಣಲ್ಲಿ ಕಣ್ಣಿಟ್ಟು ಕೇಳಿದ.

"ಇಲ್ಲ ರವಿ. ಯಾವತ್ತೂ ಇಲ್ಲ," ಗೌರಿ ಅವನ ತೋಳುಗಳಲ್ಲಿ ಸೇರಿಕೊಂಡಳು. ಆ ಕ್ಷಣದ ಭಾವುಕತೆ, ಒಂಟಿತನ ಮತ್ತು ಪರಸ್ಪರರ ಮೇಲಿನ ಅತಿಯಾದ ನಂಬಿಕೆ ಅವರಿಬ್ಬರನ್ನೂ ಒಂದಾಗಿಸಿತು. ಜಾತ್ರೆಯ ಡೊಳ್ಳಿನ ಸದ್ದು ದೂರದಲ್ಲಿ ಕೇಳಿಸುತ್ತಿರಲು, ಆ ಮಧ್ಯಾಹ್ನದ ನಿಶ್ಯಬ್ದದಲ್ಲಿ ಅವರ ಪ್ರೇಮದ ಕಟ್ಟೆ ಒಡೆಯಿತು. ಯಾವುದೇ ಬಲವಂತವಿಲ್ಲದೆ, ಪ್ರೀತಿ ಮತ್ತು ಅಸಹಾಯಕತೆಯ ದಾರಿಯಲ್ಲಿ ಇಬ್ಬರೂ ಒಂದಾದರು. ಆ ಕ್ಷಣದ ದೌರ್ಬಲ್ಯ, ಅವಳ ಬದುಕಿನ ದಿಕ್ಕನ್ನೇ ಬದಲಿಸಿತು. ಬೆಂಕಿಯ ಜೊತೆ ಸರಸವಾಡಿದ ಚಿಟ್ಟೆಯ ಕಥೆ ಅವಳದಾಯಿತು.

ಸಂಜೆ ಆಗುತ್ತಿದ್ದಂತೆ, ರವಿ ಎದ್ದು ಹೊರಟು ಹೋದ. ಹೋಗುವಾಗ, "ನಾನು ಯಾವಾಗಲೂ ನಿನ್ನ ಜೊತೆ ಇರ್ತೀನಿ ಗೌರಿ" ಎಂದು ಭರವಸೆ ನೀಡಿ ಹೋದ.

ದಿನಗಳು ಕಳೆದಂತೆ ಗೌರಿಯ ಆತಂಕ ಹೆಚ್ಚಾಯಿತು. ರವಿ ಸಿಗುವುದೇ ಕಷ್ಟವಾಯಿತು. ಸಿಕ್ಕರೂ ಏನಾದರೂ ನೆಪ ಹೇಳಿ ತಪ್ಪಿಸಿಕೊಳ್ಳುತ್ತಿದ್ದ. ಗೌರಿಯ ಮುಖದಲ್ಲಿನ ಬದಲಾವಣೆ ಅವನಿಗೂ ತಿಳಿದಿತ್ತು. ಆ ತಪ್ಪಿತಸ್ಥ ಭಾವ ಅವನಲ್ಲಿ ಎದ್ದು ಕಾಡುತ್ತಿತ್ತು. ಅವತ್ತು ತೋರಿದ್ದ ಪ್ರೀತಿಗಿಂತ ಈಗ ಅಪ್ಪನ ಭಯ ಅವನನ್ನು ಹೆಚ್ಚಾಗಿ ಆವರಿಸಿತ್ತು.

ಒಂದು ದಿನ ಶಂಕರಪ್ಪನವರು ಊರಿನಿಂದ ಹೊರಗೆ ಹೋಗಿದ್ದರು. ಗೌರಿ ರವಿಯನ್ನು ಹುಡುಕಿಕೊಂಡು ಆಟೋ ಸ್ಟ್ಯಾಂಡ್ ಗೆ ಹೋದಳು. ಅಲ್ಲಿ ಅವನು ಇರಲಿಲ್ಲ. ಅವನ ಮನೆಗೆ ಹೋದಳು. ಅವಳ ಹೆಜ್ಜೆಗಳಲ್ಲಿ ಭಾರವಿತ್ತು. ಕಳೆದ ಕೆಲವು ವಾರಗಳಿಂದ ಅವಳ ದೇಹದಲ್ಲಿ ಆಗುತ್ತಿದ್ದ ಬದಲಾವಣೆಗಳು, ಬೆಳಗಿನ ವಾಕರಿಕೆ, ತಪ್ಪಿದ ಮುಟ್ಟು ಎಲ್ಲವೂ ಅವಳಿಗೆ ಒಂದು ಕಟು ಸತ್ಯವನ್ನು ಸಾರಿ ಹೇಳುತ್ತಿದ್ದವು. ತನ್ನೊಳಗೆ ಹೊಸದೊಂದು ಜೀವ ಮೊಳೆಯುತ್ತಿದೆ ಎಂಬ ಅರಿವು ಅವಳನ್ನು ಬೆಚ್ಚಿಬೀಳಿಸಿತ್ತು. ಆ ಭಯ, ಆತಂಕ, ಮತ್ತು ಒಂಟಿತನ ಅವಳನ್ನು ರವಿಯ ಬಳಿಗೆ ದೂಡಿತ್ತು.

ರವಿ ಮನೆಯ ಹೊರಗೆ ಕುಳಿತು ಸಿಗರೇಟ್ ಸೇದುತ್ತಿದ್ದ. ಗೌರಿಯನ್ನು ಕಂಡು ಗಾಬರಿಯಾದ.

"ಏನೇ? ಇಲ್ಲೆಲ್ಲಾ ಯಾಕೆ ಬಂದೆ? ಯಾರಾದ್ರೂ ನೋಡಿದ್ರೆ?" ರವಿ ಗದರಿದ.

"ನೋಡಿದ್ರೆ ನೋಡ್ಲಿ ರವಿ. ನನಗೆ ಇನ್ನು ಮುಚ್ಚಿಡೋಕೆ ಆಗಲ್ಲ. ನನ್ನೊಳಗೆ ಏನೋ ಆಗ್ತಿದೆ... ನನ್ನ ದೇಹ ನನ್ನದಲ್ಲ ಅನ್ನಿಸ್ತಿದೆ. ನಾನು... ನಾನು ತಾಯಿ ಆಗ್ತಿದ್ದೀನಿ ರವಿ," ಗೌರಿ ನೇರವಾಗಿ ಹೇಳಿದಳು. ಅವಳ ದನಿಯಲ್ಲಿ ನಡುಕವಿರಲಿಲ್ಲ, ಭಯವಿತ್ತು, ಆದರೆ ಸತ್ಯ ಹೇಳುವ ಧೈರ್ಯವಿತ್ತು. ತನ್ನೊಳಗಿನ ಕಂದನ ಅಸ್ತಿತ್ವ ಅವಳಿಗೆ ಹೊಸ ಧೈರ್ಯವನ್ನೂ, ಅದೇ ಸಮಯದಲ್ಲಿ ಅಸಹಾಯಕತೆಯನ್ನೂ ತಂದಿತ್ತು.

ರವಿ ಬೆಚ್ಚಿಬಿದ್ದ. ಸಿಗರೇಟ್ ಕೆಳಗೆ ಬಿತ್ತು. "ಏನು? ಹುಚ್ಚಾ ನಿನಗೆ? ಏನೇನೋ ಬೊಗಳ್ಬೇಡ."

"ಬೊಗಳ್ತಿಲ್ಲ ರವಿ. ಇದು ಸತ್ಯ. ಈಗ ನೀವೇ ಹೇಳ್ಬೇಕು, ಮದುವೆ ಯಾವಾಗ ಅಂತ. ನಾನು ಇನ್ನು ಶಂಕರಪ್ಪನವರ ಮನೇಲಿ ಇರೋಕೆ ಆಗಲ್ಲ."

ರವಿಯ ಮುಖ ಕಪ್ಪಿಟ್ಟಿತು. ಅವನು ಅತ್ತ ಇತ್ತ ನೋಡಿದ. "ಶ್... ಮೆಲ್ಲಗೆ ಮಾತಾಡು. ನೋಡು ಗೌರಿ, ಈಗಲೇ ಮದುವೆ ಗಿದುವೆ ಆಗಲ್ಲ. ನಾನಿನ್ನೂ ಲೈಫ್ ಅಲ್ಲಿ ಸೆಟಲ್ ಆಗಿಲ್ಲ. ಅಪ್ಪ ಒಪ್ಪಲ್ಲ. ನೀನು ಇದನ್ನ... ಇದನ್ನ ತೆಗಿಸಿಬಿಡು."

ಆ ಮಾತು ಕೇಳಿ ಗೌರಿಯ ತಲೆಗೆ ಸಿಡಿಲು ಬಡಿದಂತಾಯಿತು. ಅವಳು ಅವನನ್ನೇ ದಿಟ್ಟಿಸಿ ನೋಡಿದಳು. ತಾನು ಪ್ರೀತಿಸಿದ ರವಿ ಇವನೇನಾ? "ಏನ್ ಹೇಳಿದ್ರಿ? ತೆಗಿಸಿಬಿಡಲಾ? ನನ್ನ ಮಗುನ ಕೊಲ್ಲಲಾ? ನೀವು ಮನುಷ್ಯರಾ ಅಥವಾ ರಾಕ್ಷಸರಾ?"

"ಪ್ರಾಕ್ಟಿಕಲ್ ಆಗಿ ಯೋಚನೆ ಮಾಡು ಗೌರಿ. ಮಗು ಇಟ್ಕೊಂಡು ಏನ್ ಮಾಡ್ತೀಯ? ಸಮಾಜ ನಿನ್ನನ್ನ ಬದುಕೋಕೆ ಬಿಡಲ್ಲ. ಅಬಾರ್ಷನ್ ಮಾಡಿಸ್ಕೋ, ಆಮೇಲೆ ನೋಡ್ಕೋಣ," ರವಿ ಸಮಾಧಾನ ಮಾಡಲು ಬಂದ.

ಗೌರಿ ಅವನ ಕೈಯನ್ನು ತಳ್ಳಿ ಹಾಕಿದಳು. ಅವಳ ಕಣ್ಣಲ್ಲಿ ಈಗ ಕಣ್ಣೀರು ತುಂಬಿತ್ತು. ಆ ಕ್ಷಣದಲ್ಲಿ ಅವಳಿಗೆ ರವಿಯ ಮಾತುಗಳು ನಂಬಲಾಗದಷ್ಟು ಕ್ರೂರವಾಗಿ ಕಂಡವು. ಇವನು ಪ್ರೇಮಿಯಲ್ಲವೇ?

ತಾನು ನಂಬಿದ್ದ ರವಿ ಇಷ್ಟು ಹೇಡಿಯೇ? ಪುರುಷನ ಅಹಂಕಾರದ ಹಿಂದೆ ಇಷ್ಟೊಂದು ಹೇಡಿತನ ಅಡಗಿರುತ್ತದೆಯೇ?

"ಮಗು ಅಂದ್ರೆ ಆಟದ ವಸ್ತುವಾ ರವಿ? ಅದನ್ನ ತೆಗೆಯೋಕೆ ಅದು ಕಸ ಅಲ್ಲ, ನಮ್ಮ್ ಪ್ರೀತಿಯ ಕುರುಹು," ಗೌರಿ ಅಳುತ್ತಲೇ ಬೇಡಿಕೊಂಡಳು. "ನನಗೆ ಬೇರೆ ದಾರಿ ಇಲ್ಲ ರವಿ. ದಯವಿಟ್ಟು ಅರ್ಥ ಮಾಡಿಕೊಳ್ಳಿ. ನಾವು ಮದುವೆ ಆಗೋಣ. ನೀವು ಹೇಳಿದ ಹಾಗೆ ನಾನು ನಡೀತೀನಿ. ಆದ್ರೆ ಈ ಪಾಪದ ಕೆಲಸಕ್ಕೆ ಮಾತ್ರ ನನ್ನನ್ನ ಒತ್ತಾಯ ಮಾಡ್ಬೇಡಿ."

"ಏಯ್, ಅಳಬೇಡ. ನಾನೇನು ಹೇಳಿದ್ನೋ ಅದನ್ನ ಮಾಡು. ಇಲ್ಲಾಂದ್ರೆ ನಾಳೆ ಊರ ಮುಂದೆ ನಿನ್ನ ಮಾನ ಹರಾಜಾಗುತ್ತೆ ನೋಡು," ರವಿ ಕಠೋರವಾಗಿ ಬೆದರಿಸಿದ. ಅವನ ಧ್ವನಿಯಲ್ಲಿ ಹಿಂದಿನ ಪ್ರೀತಿಯ ಸುಳಿವೇ ಇರಲಿಲ್ಲ.

"ಮಾನ ಹರಾಜಾಗೋದು ನಂದಲ್ಲ ರವಿ. ನೀವು ಹಿಂಗೇ ಹಠ ಹಿಡಿದ್ರೆ, ನಾನು ಶಂಕರಪ್ಪನವರ ಹತ್ರಾನೇ ಹೋಗಿ ಎಲ್ಲ ಸತ್ಯ ಹೇಳ್ತೀನಿ. ಅವರು ನಮಗೆ ನ್ಯಾಯ ಕೊಡುಸ್ತಾರೆ. ನೀವೇ ಬಂದು ನನ್ನನ್ನ ಮದುವೆಯಾಗ್ತೀನಿ ಅಂತ ಹೇಳೋ ತನಕ ನಾನು ಕಾಯ್ತೀನಿ. ಆದ್ರೆ ನನ್ನ ಮಗುನ ಮಾತ್ರ ನಾನು ಯಾವತ್ತೂ ಕಳೆದುಕೊಳ್ಳಲ್ಲ," ಗೌರಿ ಕಣ್ಣೀರು ಒರೆಸಿಕೊಳ್ಳುತ್ತಾ, ಆದರೆ ಒಂದು ರೀತಿಯ ಹತಾಶೆಯ ಛಲದಿಂದ ಹೇಳಿದಳು.

ಅವಳು ಅಲ್ಲಿಂದ ತಿರುಗಿ ನಡೆದಾಗ ಅವಳ ನಡಿಗೆಯಲ್ಲಿ ಆತಂಕವಿತ್ತು. ಅವಳು ಇನ್ನೂ ಸೋಲೊಪ್ಪಿಕೊಂಡಿರಲಿಲ್ಲ, ರವಿ

ಬದಲಾಗುತ್ತಾನೆ, ಶಂಕರಪ್ಪನವರು ಬುದ್ಧಿ ಹೇಳಿದರೆ ದಾರಿಗೆ ಬರುತ್ತಾನೆ ಎಂಬ ಕುರುಡು ನಂಬಿಕೆ ಅವಳಲ್ಲಿ ಇನ್ನೂ ಉಳಿದಿತ್ತು. ಆದರೆ ಆ ನಂಬಿಕೆಯ ಅಡಿಪಾಯವೇ ಈಗ ಬಿರುಕು ಬಿಟ್ಟಿತ್ತು. ರವಿ ಅವಳ ಹೋಗುವುದನ್ನೇ ನೋಡುತ್ತಾ ನಿಂತ. ಅವನಿಗೆ ಭಯವಾಗಿತ್ತು ಶಂಕರಪ್ಪನವರಿಗೆ ವಿಷಯ ತಿಳಿದರೆ ಏನಾಗಬಹುದು ಎಂಬ ಆತಂಕ ಅವನನ್ನು ಆವರಿಸಿತ್ತು. ಅವನ ಹೇಡಿತನಕ್ಕೆ ಈಗ ಆಕೆಯ ಗಟ್ಟಿತನವೇ ಒಂದು ಸವಾಲಾಗಿತ್ತು.

***

ಗೌರಿ ರವಿಯ ಮನೆಯಿಂದ ಹಿಂದಿರುಗಿದಾಗ ಸಂಜೆಯಾಗಿತ್ತು. ಶಂಕರಪ್ಪನವರು ಮತ್ತು ಶಾರದಮ್ಮ ವರಾಂಡದಲ್ಲಿ ಕುಳಿತು ಕಾಫಿ ಕುಡಿಯುತ್ತಿದ್ದರು. ಗೌರಿಯ ಮುಖದಲ್ಲಿದ್ದ ಕಳೆಗುಂದಿದ ಭಾವ, ಕಣ್ಣಂಚಿನ ನೀರು ಮತ್ತು ನಡುಗುತ್ತಿದ್ದ ದೇಹ ಅವರನ್ನು ಗಾಬರಿಗೊಳಿಸಿತು.

"ಏನಾಯ್ತು ಮಗಳೇ? ಯಾಕೆ ಹೀಗಿದ್ದೀಯಾ? ಯಾರಾದ್ರೂ ಏನಾದ್ರೂ ಅಂದ್ರೆ?" ಶಾರದಮ್ಮ ಕಾಳಜಿಯಿಂದ ಕೇಳಿದರು.

ಗೌರಿ ಇನ್ನು ತಡೆಯಲಾಗಲಿಲ್ಲ. ಅವಳು ಶಾರದಮ್ಮನವರ ಕಾಲು ಹಿಡಿದು ಅತ್ತುಬಿಟ್ಟಳು. ಅವಳ ಅಳು ಮನೆಯ ಗೋಡೆಗಳನ್ನು ನಡುಗಿಸುವಂತಿತ್ತು. ಕಳೆದ ಕೆಲವು ತಿಂಗಳುಗಳಿಂದ ತನ್ನೊಳಗೆ ಅಡಗಿಸಿಟ್ಟಿದ್ದ ನೋವು ಕಟ್ಟೆಯೊಡೆದಿತ್ತು.

"ನನ್ನ ಕ್ಷಮಿಸಿ ಅಮ್ಮಾ... ಅಪ್ಪಾ, ನಾನು ತಪ್ಪು ಮಾಡಿದೆ. ನಿಮ್ಮ ನಂಬಿಕೆಗೆ ದ್ರೋಹ ಮಾಡಿದೆ..." ಅಳುತ್ತಲೇ ಅವಳು ರವಿಯ ಜೊತೆಗಿನ ಪ್ರೇಮ, ಅವನು ಕೊಟ್ಟ ಭರವಸೆಗಳು, ಈಗ ತಾನು ತಾಯಿಯಾಗುತ್ತಿರುವ ವಿಚಾರ ಮತ್ತು ಇಂದು ರವಿಯ ಬಳಿ ಹೋದಾಗ ಅವನ ಮೋಸ, ಎಲ್ಲವನ್ನೂ ಎಳೆಎಳೆಯಾಗಿ ಬಿಚ್ಚಿಟ್ಟಳು. ಅವಳ ಪ್ರತಿ ಮಾತಿಗೂ ಶಂಕರಪ್ಪನವರ ಮುಖದಲ್ಲಿ ಆಘಾತ, ಕೋಪ ಮತ್ತು ಅಸಹಾಯಕತೆ ಮೂಡುತ್ತಿತ್ತು.

"ಪಾಪಿ! ನಮ್ಮ ಮನೇಲಿ, ನಮ್ಮ ಅನ್ನ ತಿಂದು ಇಷ್ಟು ನೀಚ ಕೆಲಸ ಮಾಡ್ತಾನಾ ಆ ರವಿ?" ಶಂಕರಪ್ಪನವರ ದನಿ ಸಿಟ್ಟಿನಿಂದ ನಡುಗುತ್ತಿತ್ತು. "ನೀನು ಅಳಬೇಡ ಗೌರಿ. ನಾನು ನಿನ್ನನ್ನ ಮಗಳಿಗಿಂತ ಹೆಚ್ಚಾಗಿ ನೋಡಿದ್ದೀನಿ. ಆ ರವಿ, ಅವನ ಅಪ್ಪ ಎಷ್ಟೇ ದೊಡ್ಡವರಿರಲಿ, ನಾನು ಬಿಡಲ್ಲ. ಅವನೇ ಬಂದು ನಿನ್ನನ್ನ ಮದುವೆ ಆಗ್ತೀನಿ ಅನ್ನೋ ಹಾಗೆ ಮಾಡ್ತೀನಿ," ಶಂಕರಪ್ಪನವರು ಭರವಸೆ ನೀಡಿದರು.

ಆದರೆ ಈ ವಿಷಯ ಹೆಚ್ಚು ದಿನ ಗುಟ್ಟಾಗಿ ಉಳಿಯಲಿಲ್ಲ. ಮನೆಯ ಗೋಡೆಗಳಿಗೂ ಕಿವಿಗಳಿರುತ್ತವೆ ಎಂಬಂತೆ, ಶಂಕರಪ್ಪನವರ ಮನೆಯಲ್ಲಿ ನಡೆದ ಈ ಕೋಲಾಹಲದ ಸುದ್ದಿ ಪಕ್ಕದ ಮನೆಯವರ ಕಿವಿಗೆ ಬಿತ್ತು. ನಂತರ ಅದು ಗಾಳಿಯಂತೆ, ಬೆಂಕಿಯಂತೆ ಇಡೀ ಊರಿಗೆ ಹರಡಿತು. ಗೌರಿ ದೇವಸ್ಥಾನಕ್ಕೆ ಹೋದಾಗ, ಅಲ್ಲಿದ್ದ ಹೆಂಗಸರು ಅವಳನ್ನು ನೋಡಿ ದೂರ ಸರಿದರು. ಈ ಮೌನ, ಈ ತಿರಸ್ಕಾರ ನೇರ ಬೈಗುಳಕ್ಕಿಂತ ಹರಿತವಾಗಿತ್ತು.

ಶಂಕರಪ್ಪನವರು ರವಿಯನ್ನು ಸುಮ್ಮನೆ ಬಿಡಲು ತಯಾರಿರಲಿಲ್ಲ. ಅವರ ರಕ್ತ ಕುದಿಯುತ್ತಿತ್ತು. ಅವರು ನೇರವಾಗಿ ರವಿಯ ತಂದೆ ಬಸವಲಿಂಗಪ್ಪನವರ ಮನೆಗೆ ಹೋದರು.

"ನಮಸ್ಕಾರ ಬಸವಲಿಂಗಪ್ಪನವರೇ," ಶಂಕರಪ್ಪನವರು ಗಂಭೀರವಾಗಿ ಹೇಳಿದರು.

"ಬನ್ನಿ ಪೋಸ್ಟ್ ಮಾಸ್ಟ್ರೇ," ಬಸವಲಿಂಗಪ್ಪ ತಮ್ಮ ಮನೆಯ ಎತ್ತರದ ಜಗಲಿಯ ಮೇಲೆ ಕುಳಿತು, ಕೆಳಗಿದ್ದ ಶಂಕರಪ್ಪನವರನ್ನು ನೋಡದೆ, ಪಕ್ಕದಲ್ಲಿದ್ದ ಲೆಕ್ಕದ ಪುಸ್ತಕ ನೋಡುತ್ತಾ ಹೇಳಿದರು. "ಏನು ವಿಶೇಷ? ದಾರಿ ತಪ್ಪಿ ಬಂದ ಹಾಗಿದೆ?"

"ವಿಷಯ ನಿಮಗೆ ಗೊತ್ತಿರಬಹುದು. ನಿಮ್ಮ ಮಗ ರವಿ, ನಮ್ಮ ಮನೆ ಕೆಲಸದ ಹುಡುಗಿ ಗೌರಿಗೆ ಮೋಸ ಮಾಡಿದ್ದಾನೆ. ಅವಳು ಈಗ ಗರ್ಭಿಣಿ. ನಿಮ್ಮ ಮಗ ಜವಾಬ್ದಾರಿ ತಗೋಬೇಕು," ಶಂಕರಪ್ಪನವರು ನೇರವಾಗಿ ವಿಷಯಕ್ಕೆ ಬಂದರು.

ಬಸವಲಿಂಗಪ್ಪ ನಿಧಾನವಾಗಿ ಪುಸ್ತಕ ಮುಚ್ಚಿಟ್ಟರು. ಅವರ ಕಣ್ಣುಗಳು ತಣ್ಣಗಿದ್ದವು. "ನೋಡಿ ಮಾಸ್ಟ್ರೇ, ನಾನು ಈ ಆಸ್ತಿನ ಕೂಲಿ ಮಾಡಿ, ಮಣ್ಣು ಹೊತ್ತು ಸಂಪಾದಿಸಿದ್ದು. ನನ್ನ ವಂಶದ ಕುಡಿ ಅಂದ್ರೆ ಅದು ಶುದ್ಧವಾಗಿರ್ಬೇಕು. ದಾರಿಹೋಕರು ಬಂದು ಇದು ನಿಮ್ಮ ರಕ್ತ ಅಂದ್ರೆ ನಂಬೋಕೆ ನಾನೇನು ದಡ್ಡನಲ್ಲ. ನನ್ನ ಮಗ ದಡ್ಡ ಇರಬಹುದು, ಆದ್ರೆ ನನ್ನ ಮನೆತನಕ್ಕೆ ಕಳಂಕ ತರೋವಷ್ಟು ನೀಚ ಅಲ್ಲ. ಅವಳು ದುಡ್ಡಿಗಾಗಿ ನಾಟಕ ಆಡ್ತಿದ್ದಾಳೆ. ಎಷ್ಟ್ ಬೇಕು ಕೇಳಿ, ಕೊಟ್ಟು ಬಾಯಿ ಮುಚ್ಚಿಸ್ತೀನಿ."

"ಜಾತಿ ಗೀತಿ ವಿಷಯ ಬೇಡ. ತಪ್ಪು ನಡೆದಿದೆ. ಅದಕ್ಕೆ ನ್ಯಾಯ ಬೇಕು. ರವಿನ ಕರೀರಿ," ಶಂಕರಪ್ಪನವರು ಪಟ್ಟು ಹಿಡಿದರು.

ರವಿ ಒಳಗಿನಿಂದ ಬಂದ. ತಂದೆಯ ಎದುರು ತಲೆ ತಗ್ಗಿಸಿ ನಿಂತ. ಆದರೆ ಕಣ್ಣಲ್ಲಿ ಭಯವಿರಲಿಲ್ಲ.

"ಏನೋ, ಮಾಸ್ಟು ಏನ್ ಹೇಳ್ತಿದಾರೆ? ನೀನು ಆ ಗೌರಿ ಜೊತೆ ಏನಾದ್ರೂ ಇಟ್ಕೊಂಡಿದೀಯಾ?" ಬಸವಲಿಂಗಪ್ಪ ಗರ್ಜಿಸಿದರು.

"ಇಲ್ಲ ಅಪ್ಪಾ... ನಂಗೇನೂ ಗೊತ್ತಿಲ್ಲ," ರವಿ ಬೆದರಿದವನಂತೆ ಹಿಂದೆ ಸರಿದ. ತಂದೆಯ ಕೋಪ ಅವನಿಗೆ ಗೊತ್ತು. ಸತ್ಯ ಹೇಳಿದರೆ ತನ್ನ ಗತಿ ಏನಾಗುತ್ತದೆ ಎಂಬ ಭಯ ಅವನನ್ನು ಆವರಿಸಿತ್ತು. "ಅವಳು ನನಗೆ ಓದೋಕೆ ಸಹಾಯ ಮಾಡಿದ್ದು ನಿಜ. ಅದನ್ನೇ ನೆಪ ಇಟ್ಕೊಂಡು... ಈಗ ನನ್ನ ತಲೆಗೆ ಕಟ್ತಿದ್ದಾಳೆ," ಎಂದು ತೊದಲಿದ.

ಶಂಕರಪ್ಪನವರು ಅಲ್ಲಿಂದ ಅವಮಾನಿತರಾಗಿ ಹೊರಬಂದರು. "ಸರಿ, ಹಾಗಾದ್ರೆ ಪೊಲೀಸ್ ಸ್ಟೇಷನ್ ನಲ್ಲೇ ಬಗೆಹರಿಸೋಣ. ನಾಳೆ ಕಾನೂನಿನ ಮುಂದೆಯೇ ನ್ಯಾಯ ತೀರ್ಮಾನ ಆಗಲಿ," ಎಂದು ಸವಾಲು ಹಾಕಿದರು.

ಮಾರನೇ ದಿನ ಬೆಳಿಗ್ಗೆ, ಶಂಕರಪ್ಪನವರು ಗೌರಿಯನ್ನು ಕರೆದುಕೊಂಡು ಊರಿನ ಪೊಲೀಸ್ ಠಾಣೆಗೆ ಹೋದರು. ಠಾಣೆಯ ಕಟ್ಟಡ ಹಳೆಯದಾಗಿತ್ತು. ಒಳಗೆ ಹೋದ ಕೂಡಲೇ ಹಳೆಯ ಫೈಲುಗಳ ವಾಸನೆ, ಬೀಡಿಯ ಹೊಗೆ, ಮತ್ತು ಫಿನಾಯಿಲ್‌ನ ಕಟು ವಾಸನೆ ಮೂಗಿಗೆ ಬಡಿಯಿತು. ಗೋಡೆಯ ಮೇಲಿದ್ದ ಗಾಂಧೀಜಿಯ

ಫೋಟೋ ಧೂಳು ಹಿಡಿದಿತ್ತು, ಅದಕ್ಕೂ ಕೆಳಗೆ ಇದ್ದ 'ಸತ್ಯಮೇವ ಜಯತೆ' ಎಂಬ ಅಕ್ಷರಗಳು ಮಾಸಿಹೋಗಿದ್ದವು. ಪೊಲೀಸ್ ಠಾಣೆಯೆಂದರೆ ಬಡವರಿಗೆ ಒಂದು ರೀತಿಯ ಭಯ, ಶ್ರೀಮಂತರಿಗೆ ಅದು ತಮ್ಮದೇ ಮನೆಯ ಚಾವಡಿಯಂತೆ. ಶಂಕರಪ್ಪನವರಂತಹ ಮರ್ಯಾದಸ್ಥರು ಅಲ್ಲಿಗೆ ಬರುವುದು ಅಪರೂಪ.

ಅವರು ಬೆಳಿಗ್ಗೆಯಿಂದಲೇ ಕಾಯುತ್ತಿದ್ದರು. ಇನ್ಸ್‌ಪೆಕ್ಟರ್ ರಾಜಪ್ಪ ಇನ್ನೂ ಬಂದಿರಲಿಲ್ಲ. ಕಾನ್ಸ್‌ಟೇಬಲ್‌ಗಳು ಇವರ ಕಡೆ ತಾತ್ಸಾರದಿಂದ ನೋಡುತ್ತಿದ್ದರು. ಗೌರಿ ಬೆಂಚ್‌ನ ಮೂಲೆಯಲ್ಲಿ ಮುದುರಿ ಕುಳಿತಿದ್ದಳು. ಅವಳ ಮನಸ್ಸಿನಲ್ಲಿ ಆತಂಕದ ಅಲೆಗಳು ಏಳುತ್ತಿದ್ದವು.

ನಾನು ಇಲ್ಲಿಗೆ ಬರಬೇಕಿತ್ತೇ? ನ್ಯಾಯ ಅಂದ್ರೆ ಏನು? ಅದು ಯಾರು ಕೊಡ್ತಾರೆ? ರವಿ ನನ್ನನ್ನ ಪ್ರೀತಿಸಿದ್ದು ಕತ್ತಲಲ್ಲಿ, ಈಗ ಅದನ್ನ ಬೆಳಕಿಗೆ ತರೋಕೆ ಇಷ್ಟೆಲ್ಲಾ ಹೋರಾಡಬೇಕಾ? ಅಪ್ಪ ಇದ್ದಿದ್ರೆ ಹೀಗೆ ಆಗ್ತಿತ್ತಾ? ಈ ಪೊಲೀಸ್ ಠಾಣೆ, ಈ ಜನ, ಈ ಕಟು ನೋಟಗಳು... ನನ್ನನ್ನೇ ಅಪರಾಧಿ ತರಹ ನೋಡ್ತಿದ್ದಾರೆ. ಆದ್ರೆ ನಾನು ಸೋಲಲ್ಲ. ನನ್ನ ಹೊಟ್ಟೆಯಲ್ಲಿರೋ ಜೀವಕ್ಕೆ ಬೆಲೆ ಸಿಗಲೇಬೇಕು.

ಮಧ್ಯಾಹ್ನದ ಹೊತ್ತಿಗೆ ಇನ್ಸ್‌ಪೆಕ್ಟರ್ ರಾಜಪ್ಪ ಬಂದ. ಆತನಿಗೆ ಈ ವಿಷಯ ಮೊದಲೇ ತಿಳಿದಂತಿತ್ತು. ಶಂಕರಪ್ಪನವರನ್ನು ಒಳಗೆ ಕರೆದ. ಗೌರಿ ಹೆದರುತ್ತಲೇ ಒಳಗೆ ಹೋದಳು.

ಸ್ವಲ್ಪ ಹೊತ್ತಿನಲ್ಲೇ ಬಸವಲಿಂಗಪ್ಪ ಮತ್ತು ರವಿ ಠಾಣೆಗೆ ಬಂದರು. ಅವರನ್ನು ನೋಡಿದ ಕೂಡಲೇ ರಾಜಪ್ಪ ಕುರ್ಚಿಯಿಂದ

ಎದ್ದು ನಿಂತು, "ಬನ್ನಿ ಸಾಹುಕಾರ್ರೇ," ಎಂದು ನಗುತ್ತಾ ಸ್ವಾಗತಿಸಿದ. ಆ ನಗುವಿನಲ್ಲೇ ಗೌರಿಗೆ ತನಗೆ ಇಲ್ಲಿ ನ್ಯಾಯ ಸಿಗುವುದಿಲ್ಲ ಎಂಬ ಕಟು ಸತ್ಯದ ದರ್ಶನವಾಯಿತು.

"ಏನ್ ಶಂಕರಪ್ಪನವರೇ, ಈ ವಯಸ್ಸಲ್ಲಿ ಕೋರ್ಟು, ಕಚೇರಿ, ಸ್ಟೇಷನ್ ಅಂತ ಯಾಕೆ ಅಲೆದಾಡ್ತೀರಾ?" ರಾಜಪ್ಪ ತನ್ನ ಕುರ್ಚಿಯಲ್ಲಿ ವಾಲುತ್ತಾ ಕೇಳಿದ. "ಈ ಹುಡುಗಿ, ನಿಮ್ ಮನೇಲಿ ಕೆಲಸ ಮಾಡೋಳು, ಬಸವಲಿಂಗಪ್ಪನವರ ಮಗನ ಮೇಲೆ ಕಂಪ್ಲೇಂಟ್ ಕೊಡೋಕೆ ಬಂದಿದ್ದಾಳೆ. ಕಂಪ್ಲೇಂಟ್ ತಗೋಬೇಕು ಅಂದ್ರೆ ಮೊದಲು ಎಫ್.ಐ.ಆರ್ (ಈಋಖ) ಮಾಡ್ಬೇಕು. ಆದ್ರೆ ಎಫ್.ಐ.ಆರ್ ಮಾಡೋಕೆ ಮುಂಚೆ ಸತ್ಯಾಸತ್ಯತೆ ನೋಡಬೇಕಲ್ವಾ?"

ಗೌರಿ ಮುಂದೆ ಬಂದಳು. "ಸಾರ್, ಅವನು ನನ್ನನ್ನ ಪ್ರೀತಿಸಿದ್ದು ನಿಜ. ಮದುವೆ ಆಗ್ತೀನಿ ಅಂತ ನಂಬಿಸಿದ್ದು ನಿಜ. ಈಗ ನನ್ನ ಹೊಟ್ಟೇಲಿ ಅವನ ಮಗು ಇದೆ. ಇದು ಸತ್ಯ ಸಾರ್," ಅವಳು ಗದ್ಗದಿತಳಾಗಿ ಹೇಳಿದಳು.

ರಾಜಪ್ಪ ಮೀಸೆ ತಿರುವುತ್ತಾ ಗೌರಿಯನ್ನು ಮೇಲಿನಿಂದ ಕೆಳಗೆ ನೋಡಿದ. ಆ ನೋಟದಲ್ಲಿ ಪೊಲೀಸ್ ಅಧಿಕಾರಿಯ ಗಾಂಭೀರ್ಯವಿರಲಿಲ್ಲ, ಬದಲಿಗೆ ಒಬ್ಬ ಹೆಣ್ಣನ್ನು ಅಳೆಯುವ ಅಸಹ್ಯವಿತ್ತು. "ನೋಡಮ್ಮ, ನೀನು ಹೇಳ್ತಿರೋದಕ್ಕೆ ಸಾಕ್ಷಿ ಇದೆಯಾ? ನಿಮ್ಮಿಬ್ಬರ ಮದುವೆ ಆಗಿದೆಯಾ? ಇಲ್ಲ. ಯಾರದೋ ಜೊತೆ ಮಲಗಿ, ಈಗ ಊರಲ್ಲಿರೋ ಸಾಹುಕಾರರ ಮಗನ ಮೇಲೆ ಗೂಬೆ ಕೂರಿಸಿದ್ರೆ ನಾವು ನಂಬ್ಬೇಕಾ?"

ಗೌರಿಗೆ ಈ ಮಾತುಗಳು ಕಪಾಳಮೋಕ್ಷ ಮಾಡಿದಂತಾದವು. ಅವಳ ಮೈ ಜುಮ್ ಎಂದಿತು. ತಾನು ಅತ್ಯಂತ ಪವಿತ್ರ ಎಂದು ಭಾವಿಸಿದ್ದ ಪ್ರೀತಿಯನ್ನು, ಈ ಕಾನೂನಿನ ಕಾವಲುಗಾರ ಎನಿಸಿಕೊಂಡವ 'ಯಾರದೋ ಜೊತೆ ಮಲಗಿ' ಎಂದು ಅತ್ಯಂತ ಕೀಳಾಗಿ ವರ್ಣಿಸಿದ್ದ. "ಸಾರ್... ನಾವು ದೇವರ ಮುಂದೆ ಪ್ರಮಾಣ ಮಾಡಿದ್ವಿ... ಅವನು ನನ್ನನ್ನ ಬಲವಂತ ಮಾಡಲಿಲ್ಲ, ಮದುವೆ ಆಗ್ತೀನಿ ಅಂತ ಮಾತು ಕೊಟ್ಟಿದ್ದ..."

"ಹೌದಾ?" ರಾಜಪ್ಪ ರವಿಯ ಕಡೆ ತಿರುಗಿದ. "ಏನಪ್ಪಾ ರವಿ, ನೀನೇನಾದ್ರೂ ಇವಳಿಗೆ ಮಾತು ಕೊಟ್ಟಿದ್ದಿಯಾ?"

ರವಿ ತಲೆ ತಗ್ಗಿಸಿ ನಿಂತಿದ್ದ. ತಂದೆಯ ಭಯ, ಸಮಾಜದ ಭಯ ಅವನನ್ನು ಹೇಡಿಯನ್ನಾಗಿಸಿತ್ತು. "ಇಲ್ಲ ಸಾರ್. ನಾನು ಅವಳ ಹತ್ರ ಓದೋಕೆ ಹೋಗ್ತಿದ್ದೆ ಅಷ್ಟೇ. ಅವಳೇ... ಅವಳೇ ನನ್ನನ್ನ ಎಳ್ಕೊಂಡಿದ್ದು. ನಾನು ಇಲ್ಲಾಂದೆ. ಈಗ ಆಸ್ತಿಗಾಗಿ ಹೀಗೆ ಮಾಡ್ತಿದ್ದಾಳೆ," ಎಂದು ತೊದಲಿದ.

ಆ ಕ್ಷಣ ಗೌರಿಯ ಎದೆಯೊಳಗೆ ಏನೋ ನುಚ್ಚುನೂರಾಯಿತು. ರವಿ ಸುಳ್ಳು ಹೇಳುತ್ತಾನೆ ಎಂದು ಅವಳಿಗೆ ತಿಳಿದಿತ್ತು, ಆದರೆ ಇಷ್ಟು ಕೀಳಾಗಿ ತನ್ನ ಮೇಲೆ ಗೂಬೆ ಕೂರಿಸುತ್ತಾನೆ ಎಂದು ಅವಳು ಊಹಿಸಿರಲಿಲ್ಲ. ಇವನೇನಾ ಅವಳು ನಂಬಿದ್ದ ಮನುಷ್ಯ? ಇವನಿಗಾಗಿಯೇ ಅವಳು ತನ್ನ ಕನಸುಗಳನ್ನು ಬಲಿಕೊಟ್ಟಿದ್ದಾ?

ಶಂಕರಪ್ಪನವರು ಸಿಟ್ಟಿನಿಂದ ಎದ್ದು ನಿಂತರು. "ರಾಜಪ್ಪ, ನಾವಿಲ್ಲಿ ನ್ಯಾಯ ಕೇಳೋಕೆ ಬಂದಿದ್ದೀವಿ. ಈತ ಸುಳ್ಳು ಹೇಳ್ತಿದ್ದಾನೆ. ಅವಳು

ಗರ್ಭಿಣಿ, ಅದಕ್ಕೆ ಮೆಡಿಕಲ್ ರಿಪೋರ್ಟ್ ಇದೆ. ಎಫ್.ಐ.ಆರ್ ಫೈಲ್ ಮಾಡಿ."

"ಮೆಡಿಕಲ್ ರಿಪೋರ್ಟ್ ಇರೋದು ಅವಳು ಗರ್ಭಿಣಿ ಅಂತ ಸಾಬೀತು ಮಾಡೋಕೆ ಶಂಕರಪ್ಪನವರೇ, ಆ ಮಗು ರವಿಯದ್ದೇ ಅಂತ ಸಾಬೀತು ಮಾಡೋಕೆ ಅಲ್ಲ," ಬಸವಲಿಂಗಪ್ಪ ವ್ಯಂಗ್ಯವಾಗಿ ನಕ್ಕರು. "ಬೇಕಾದ್ರೆ ನಮ್ಮೂರಿನ ತಿಮ್ಮನ್ನ ಕರೀರಿ. ಅವತ್ತು ರಾತ್ರಿ ಇವಳು ಯಾರದ್ದೋ ಜೊತೆ ಕತ್ತಲಲ್ಲಿ ನಿಂತಿದ್ದನ್ನ ಅವನು ನೋಡಿದ್ದಾನೆ. ಇವಳ ಚಾರಿತ್ರ್ಯ ಎಂಥದ್ದು ಅಂತ ಇಡೀ ಊರಿಗೆ ಗೊತ್ತು."

ರಾಜಪ್ಪ ಮೇಜಿನ ಮೇಲಿದ್ದ ಲಾಠಿಯನ್ನು ಕೈಗೆತ್ತಿಕೊಂಡ. "ನೋಡಿ ಮಾಸ್ಟ್ರೇ, ನಿಮಗೆ ವಯಸ್ಸಾಗಿದೆ, ಮರ್ಯಾದೆ ಇದೆ. ಈ ಕೆಲಸದವಳಿಗೋಸ್ಕರ ನಿಮ್ಮ ಮರ್ಯಾದೆ ಯಾಕೆ ಕಳೆದುಕೊಳ್ತೀರಾ? ಇದು ಕೋರ್ಟಿಗೆ ಹೋದ್ರೆ, ಲಾಯರ್ ಗಳು ಕೇಳ್ತಾರೆ 'ಮಧ್ಯರಾತ್ರಿ ಹುಡುಗನ್ನ ಯಾಕೆ ಕರೆಸಿಕೊಂಡೆ? ನೀನೇ ಅವನನ್ನ ಪ್ರಚೋದನೆ ಮಾಡಿದ್ದಾ?' ಅಂತ. ಊರ ಮುಂದೆ ಈ ಹುಡುಗಿ ಮಾನ ಹರಾಜಾಗುತ್ತೆ. ಸಾಕ್ಷಿ ಇಲ್ಲದೆ ನಾನು ಕೇಸ್ ತಗೊಳ್ಳೋಕೆ ಆಗಲ್ಲ. ಸುಮ್ಮನೆ ಕಾಂಪ್ರಮೈಸ್ ಮಾಡ್ಕೊಂಡು ಹೋಗಿ."

ಕಾನೂನಿನ ಪುಸ್ತಕಗಳು ಬೀರುಗಳಲ್ಲಿ ಧೂಳು ತಿನ್ನುತ್ತಿದ್ದವು. ನ್ಯಾಯ ಎನ್ನುವುದು ಇಲ್ಲಿ ಕೇವಲ ಚೌಕಾಸಿಯ ವಸ್ತುವಾಗಿತ್ತು. ಸಾಕ್ಷಿ, ಪ್ರಭಾವ, ಮತ್ತು ಹಣದ ತಕ್ಕಡಿಯಲ್ಲಿ ಗೌರಿಯ ಕಣ್ಣೀರು ತೂಗಲಿಲ್ಲ.

"ಸಾಕು, ತೀರ್ಮಾನ ಇಷ್ಟೇ," ಇನ್ಸ್‌ಪೆಕ್ಟರ್ ರಾಜಪ್ಪ ಕಡ್ಡಿ ಮುರಿದಂತೆ ಹೇಳಿದ. "ಗೌರಿ, ಮರ್ಯಾದೆಯಿಂದ ಕೇಸ್ ವಾಪಸ್ ತಗೋ. ಇಲ್ಲಾಂದ್ರೆ ಸುಳ್ಳು ಕೇಸ್ ಹಾಕಿದ್ದಕ್ಕೆ, ಸಾಹುಕಾರರ ಮರ್ಯಾದೆ ತೆಗೆಯೋಕೆ ನೋಡಿದ್ದಕ್ಕೆ ನಿನ್ನ ಮೇಲೆಯೇ ಕೇಸ್ ಹಾಕಿ ಒಳಗೆ ಹಾಕಬೇಕಾಗುತ್ತೆ."

ಗೌರಿ ನಿಧಾನವಾಗಿ ಎದ್ದು ನಿಂತಳು. ಅವಳಲ್ಲಿ ರೋಷವಿರಲಿಲ್ಲ, ಒಂದು ನಿರ್ಧಾರವಿತ್ತು. ಅವಳು ರವಿಯ ಕಡೆಗಾಗಲೀ, ಬಸವಲಿಂಗಪ್ಪನ ಕಡೆಗಾಗಲೀ ನೋಡಲಿಲ್ಲ. ಅವಳು ಶಂಕರಪ್ಪನವರ ಕಡೆ ನೋಡಿದಳು.

"ನನ್ನಿಂದ ನಿಮಗೆ ತೊಂದರೆ ಬೇಡ ಅಪ್ಪಾ. ನಾನು ಹೋಗ್ತೀನಿ," ಎಂದಳು.

"ಗೌರಿ..." ಶಂಕರಪ್ಪನವರ ಗಂಟಲು ಕಟ್ಟಿತು. ಅವರ ಮನಸ್ಸಿನಲ್ಲಿ ಒಂದು ದೊಡ್ಡ ಯುದ್ಧವೇ ನಡೆಯುತ್ತಿತ್ತು. 'ನಾನು ಇವಳನ್ನು ಮಗಳೆಂದು ಕರೆದೆ. ಈಗ ಮಗಳನ್ನು ಬೀದಿಗೆ ತಳ್ಳುತ್ತಿದ್ದೇನೆ. ಊರಿನ ದೊಡ್ಡಸ್ತಿಕೆಗಾಗಿ, ನನ್ನ ಮರ್ಯಾದೆಗಾಗಿ, ಒಂದು ಬಡಜೀವಕ್ಕೆ ಅನ್ಯಾಯ ಮಾಡುತ್ತಿದ್ದೇನೆ. ಬಸವಲಿಂಗಪ್ಪನ ಎದುರು ನಿಲ್ಲುವ ತಾಕತ್ತು ನನಗಿಲ್ಲವೇ?' ಅವರ ಅಂತರಾತ್ಮ ಅವರನ್ನು ಚುಚ್ಚುತ್ತಿತ್ತು. ಆದರೆ ಬಾಯಿ ಹೊಲಿದಿತ್ತು.

"ಬೇಡ ಅಪ್ಪಾ. ಇಲ್ಲಿ ನ್ಯಾಯ ಸಿಗಲ್ಲ. ನ್ಯಾಯಾಲಯದಲ್ಲಿ ಸಿಗುತ್ತೇನೋ ನೋಡೋಣ. ಇಲ್ಲಾಂದ್ರೆ ದೇವರೇ ದಿಕ್ಕು."

ಅವಳು ಅಲ್ಲಿಂದ ನಡೆದಳು. ಅವಳ ಹಿಂದೆ ಯಾರೂ ಬರಲಿಲ್ಲ. ಅವಳ ನಡಿಗೆಯಲ್ಲಿ ಸಿನಿಮೀಯ ವೀರಾವೇಶ ಇರಲಿಲ್ಲ. ಬರಿಯ ಶೂನ್ಯವಿತ್ತು. ಒಂದು ಭಾರವಾದ, ಒಂಟಿತನದ ಶೂನ್ಯ. ಆದರೆ ಆ ಶೂನ್ಯದೊಳಗೇ ಎಲ್ಲೋ ಒಂದು ಕಡೆ, ಬದುಕಬೇಕು ಎಂಬ ಛಲದ ಕಿಡಿ ಮಿಂಚುತ್ತಿತ್ತು.

**

ಪೊಲೀಸ್ ಠಾಣೆಯಿಂದ ಹೊರಬಂದ ಗೌರಿಯ ಹೆಜ್ಜೆಗಳಲ್ಲಿ ಮೊದಲಿದ್ದ ಅಂಜಿಕೆ ಇರಲಿಲ್ಲ, ಬದಲಿಗೆ ಒಂದು ರೀತಿಯ ಶೂನ್ಯ ಆವರಿಸಿತ್ತು. ಅವಳು ನೇರವಾಗಿ ಶಂಕರಪ್ಪನವರ ಮನೆಗೆ ಬಂದಳು. ತನ್ನ ಸಣ್ಣ ಕೋಣೆಗೆ ಹೋಗಿ, ತನ್ನ ಬಟ್ಟೆಗಳನ್ನು ಒಂದು ಹಳೆಯ ಬಟ್ಟೆಯಲ್ಲಿ ಗಂಟು ಕಟ್ಟತೊಡಗಿದಳು.

ಬಾಗಿಲಲ್ಲಿ ಶಾರದಮ್ಮ ಕಣ್ಣೀರು ಹಾಕುತ್ತಾ ನಿಂತಿದ್ದರು. "ಗೌರಿ... ಎಲ್ಲಿಗೆ ಹೋಗ್ತೀಯಾ ಮಗಳೇ? ಬೇಡ ಕಣೆ. ಅವರು ಏನೇ ಅನ್ಲಿ, ನೀನು ಇಲ್ಲೇ ಇರು," ಎಂದು ಅಳುತ್ತಾ ಬೇಡಿಕೊಂಡರು.

ಆದರೆ ಗೌರಿಯ ಮುಖದಲ್ಲಿ ಈಗ ಯಾವ ಭಾವವೂ ಇರಲಿಲ್ಲ. "ಇಲ್ಲಮ್ಮ, ನಾನು ಇಲ್ಲಿ ಇದ್ರೆ ನಿಮಗೂ ಕೆಟ್ಟ ಹೆಸರು. ಆ ಪೊಲೀಸ್ ಇನ್ಸ್‌ಪೆಕ್ಟರ್ ಹೇಳಿದ್ದು ಕೇಳಿಸಿಕೊಂಡ್ರಲ್ವಾ? ನನ್ನಿಂದಾಗಿ ಅಪ್ಪನ ಮರ್ಯಾದೆ ಹರಾಜಾಗೋದು ನನಗೆ ಇಷ್ಟ ಇಲ್ಲ," ಎಂದು ಗಂಟು ಹೊತ್ತು ಹೊರಬಂದಳು.

ಹಜಾರದಲ್ಲಿ ಶಂಕರಪ್ಪನವರು ತಲೆ ತಗ್ಗಿಸಿ ಕುಳಿತಿದ್ದರು. ಆ ಊರಿನ ದೊಡ್ಡ ಪೋಸ್ಟ್ ಮಾಸ್ಟರ್, ಮರ್ಯಾದಸ್ಥ ಮನುಷ್ಯ,

ಇಂದು ಅನ್ಯಾಯದ ಎದುರು ಅಸಹಾಯಕರಾಗಿದ್ದರು. ಸಮಾಜದ ಕಟ್ಟುಪಾಡುಗಳು ಮತ್ತು ಪ್ರತಿಷ್ಠೆ ಅವರ ಕೈಗಳನ್ನು ಕಟ್ಟಿಹಾಕಿದ್ದವು. ಅವರು ಮೆಲ್ಲಗೆ ಎದ್ದು ಬಂದು, ತಮ್ಮ ಜೇಬಿನಿಂದ ಕೆಲವು ನೋಟುಗಳನ್ನು ತೆಗೆದು ಗೌರಿಯ ಕೈಗಿಡಲು ಮುಂದಾದರು.

"ಇದನ್ನಿಟ್ಕೋ ಮಗಳೇ... ನನ್ನನ್ನ ಕ್ಷಮಿಸಿಬಿಡು. ನಿನಗೆ ನ್ಯಾಯ ಕೊಡಿಸುವ ತಾಕತ್ತು ನನಗಿಲ್ಲದೆ ಹೋಯ್ತು," ಅವರ ದನಿ ಒಡೆದಿತ್ತು.

ಗೌರಿ ಆ ದುಡ್ಡನ್ನು ಮುಟ್ಟಲಿಲ್ಲ. "ಬೇಡ ಅಪ್ಪಾ, ನೀವು ನನಗೆ ಕೊಟ್ಟ ಪ್ರೀತಿಯೇ ಸಾಕು, ನಾನು ಬರ್ತೀನಿ," ಎಂದು ಹೇಳಿ, ಶಂಕರಪ್ಪ ಮತ್ತು ಶಾರದಮ್ಮನವರ ಕಾಲಿಗೆ ನಮಸ್ಕರಿಸಿದಳು. ಶಾರದಮ್ಮ ಬಿಕ್ಕಿ ಬಿಕ್ಕಿ ಅಳುತ್ತಾ ಅವಳ ಬೆನ್ನಿಗೆ ಕೈ ಸವರಿದರು.

ಶಂಕರಪ್ಪನವರ ಮನೆಯಿಂದ ಹೊರಬಿದ್ದಾಗ, ಅವಳಿಗೆ ದಿಕ್ಕು ತೋಚಲಿಲ್ಲ. ಎಲ್ಲಿಗೆ ಹೋಗುವುದು? ಕುಂದಾಪುರದ ಕಡಲತೀರ ಅವಳನ್ನು ಕೈಬೀಸಿ ಕರೆಯುತ್ತಿತ್ತು, ಆದರೆ ಅವಳೊಳಗಿದ್ದ ಜೀವ ಅವಳನ್ನು ಬದುಕಲು ಪ್ರೇರೇಪಿಸುತ್ತಿತ್ತು. ಆ ಕ್ಷಣದಲ್ಲಿ ಅವಳಿಗೆ ನೆನಪಾಗಿದ್ದು ತನ್ನ ತವರೂರು—ಮಲೆಗದ್ದೆ. ಅಪ್ಪನಿಲ್ಲದಿದ್ದರೂ, ಅಮ್ಮನ ಮಡಿಲಾದರೂ ತನಗೆ ಸಾಂತ್ವನ ನೀಡಬಲ್ಲದು ಎಂಬ ಕುರುಡು ನಂಬಿಕೆ ಅವಳನ್ನು ಆ ಕಡೆಗೆ ದೂಡಿತು.

ರಾತ್ರಿಯ ಬಸ್ಸಿನಲ್ಲಿ ಕುಳಿತಾಗ ಅವಳ ಕಣ್ಣೀರು ನಿರಂತರವಾಗಿ ಹರಿಯುತ್ತಿತ್ತು.

*ನಾನು ಗೆದ್ದು ಬರುತ್ತೇನೆಂದು ಹೋದವಳು, ಈಗ ಸೋತು ಸುಣ್ಣವಾಗಿ ಹಿಂದಿರುಗುತ್ತಿದ್ದೇನೆ. ಅಮ್ಮ ನನ್ನನ್ನು ಈ ಸ್ಥಿತಿಯಲ್ಲಿ

ಕಂಡರೆ ಏನಾಗಬಹುದು? ಅವಳ ಕೆಮ್ಮು ಇನ್ನೂ ಇದೆಯಾ? ಮಂಜ, ಕಾವ್ಯ ಎಷ್ಟು ದೊಡ್ಡವರಾಗಿದ್ದಾರೋ... ನಾನು ಹೋದರೆ ಅವರಿಗೆಲ್ಲಾ ಖುಷಿಯಾಗುತ್ತದೆ, ಆದರೆ ನನ್ನ ಹೊಟ್ಟೆಯಲ್ಲಿರುವ ಈ ಸತ್ಯ ಅವರಿಗೆ ಖುಷಿ ನೀಡುತ್ತದಾ? ಇಲ್ಲ, ನಾನು ಅವರಿಂದ ಇದನ್ನು ಮುಚ್ಚಿಡಬೇಕು. ಕನಿಷ್ಠ ಕೆಲವು ದಿನಗಳಾದರೂ ನೆಮ್ಮದಿಯಾಗಿರಬೇಕು.*

ಮಾರನೇ ದಿನ ಬೆಳಿಗ್ಗೆ ಮಲೆಗದ್ದೆ ತಲುಪಿದಾಗ, ಅದೇ ಹಳೆಯ ಮಳೆಯ ವಾತಾವರಣ, ಕೆಸರು ತುಂಬಿದ ದಾರಿ ಅವಳನ್ನು ಸ್ವಾಗತಿಸಿತು. ತನ್ನ ಒಂಟಿ ಹಂಚಿನ ಮನೆಯ ಅಂಗಳವನ್ನು ಪ್ರವೇಶಿಸುತ್ತಿದ್ದಂತೆ, ಒಳಗೆ ಪಾತ್ರೆ ತೊಳೆಯುತ್ತಿದ್ದ ತಾಯಿ ಪಾರ್ವತಮ್ಮ ಅವಳನ್ನು ಕಂಡು ದಂಗಾದರು.

"ಗೌರೀ... ಮಗಳೇ!" ಪಾರ್ವತಮ್ಮ ಓಡಿ ಬಂದು ಮಗಳನ್ನು ತಬ್ಬಿಕೊಂಡರು. ಅವರ ಕಣ್ಣಲ್ಲಿ ಆನಂದಭಾಷ್ಪ. "ಯಾಕವ್ವಾ, ಹೇಳ್ದೆ ಕೇಳ್ದೆ ಬಂದ್ಬಿಟ್ಟೆ? ಏನಾದ್ರೂ ಕಷ್ಟನಾ?"

"ಏನಿಲ್ಲಮ್ಮ... ನಿಮ್ಮನ್ನೆಲ್ಲ ನೋಡಬೇಕು ಅನ್ನಿಸ್ತು, ಅದ್ಕೆ ಬಂದೆ," ಗೌರಿ ಸುಳ್ಳು ನಗೆ ಬೀರುತ್ತಾ ಹೇಳಿದಳು.

ಶಾಲೆಯಿಂದ ಬಂದ ಮಂಜ ಮತ್ತು ಕಾವ್ಯ ಅಕ್ಕನನ್ನು ಕಂಡು ಕುಣಿದಾಡಿದರು. "ಅಕ್ಕಾ, ನಮಗೆ ಕುಂದಾಪುರದಿಂದ ಏನ್ ತಂದಿದ್ದೀಯಾ?" ಎಂದು ಮುಗಿಬಿದ್ದರು. ಅವರ ಸಂತೋಷ ಕಂಡು ಗೌರಿಗೆ ಒಂದು ಕ್ಷಣ ತನ್ನ ಕಷ್ಟಗಳೆಲ್ಲಾ ಮರೆತಂತೆ ಭಾಸವಾಯಿತು. ತವರೂರಿನ ಆ ಗುಡಿಸಲು ಅವಳಿಗೆ ಅರಮನೆಯಂತೆ ಕಂಡಿತು.

ಆದರೆ ಸುಳ್ಳು ಎಂಬುದು ಮಂಜಿನ ಮೇಲೆ ನಿಂತ ಕಟ್ಟಡ. ಸೂರ್ಯ ನೆತ್ತಿಗೆ ಬರುತ್ತಿದ್ದಂತೆ ಅದು ಕರಗಲೇಬೇಕು. ದಿನಗಳು ಕಳೆದಂತೆ ಗೌರಿಯ ಮುಖದಲ್ಲಿದ್ದ ಕಳೆಗುಂದಿದ ಭಾವ, ಅವಳು ಪದೇ ಪದೇ ವಾಕರಿಕೆ ಮಾಡಿಕೊಳ್ಳುವುದು, ಊಟ ಸೇರದಿರುವುದು ಪಾರ್ವತಮ್ಮನ ಕಣ್ಣಿಗೆ ಬೀಳದೆ ಇರಲಿಲ್ಲ. ತಾಯಿಯ ಕಣ್ಣುಗಳನ್ನು ಮೋಸ ಮಾಡುವುದು ಸುಲಭವಲ್ಲ.

ಒಂದು ದಿನ ಮಧ್ಯಾಹ್ನ, ಮಕ್ಕಳು ಶಾಲೆಗೆ ಹೋದ ಮೇಲೆ, ಪಾರ್ವತಮ್ಮ ಗೌರಿಯ ಬಳಿ ಬಂದು ಕುಳಿತರು. "ಗೌರಿ, ನನ್ನ ಕಣ್ಣಿಗೆ ಮಣ್ಣು ಎರಚಬೇಡ ಮಗ. ನೀನು ಮುಂಚಿನ ಹಾಗೆ ಇಲ್ಲ. ನಿನ್ನ ಕಣ್ಣಲ್ಲಿ ಏನೋ ಭಯ ಇದೆ. ಮೈಕೈ ಬಿಳಿಚಿಕೊಂಡಿದೆ. ಏನಾಗಿದೆ ನಿನಗೆ? ಸತ್ಯ ಹೇಳು."

ಗೌರಿ ಇನ್ನು ತಡೆಯಲಾಗಲಿಲ್ಲ. ಅವಳು ತಾಯಿಯ ಮಡಿಲಿನಲ್ಲಿ ಮುಖ ಹುದುಗಿಸಿ ಬಿಕ್ಕಿ ಬಿಕ್ಕಿ ಅತ್ತಳು. ತಾನು ಕುಂದಾಪುರದಲ್ಲಿ ಅನುಭವಿಸಿದ ನರಕ, ರವಿಯ ಪ್ರೇಮ, ಅವನ ನಂಬಿಕೆ ದ್ರೋಹ, ಮತ್ತು ತನ್ನ ಗರ್ಭದಲ್ಲಿ ಮೊಳೆತಿರುವ ಜೀವ—ಎಲ್ಲವನ್ನೂ ಕಣ್ಣೀರಿನ ಜೊತೆ ಹೊರಹಾಕಿದಳು.

ಮಾತು ಮುಗಿಯುವಷ್ಟರಲ್ಲಿ ಪಾರ್ವತಮ್ಮನವರ ಮುಖ ಬೆವರೊಡೆದಿತ್ತು. ಅವರ ಕೈಕಾಲುಗಳು ನಡುಗುತ್ತಿದ್ದವು. "ಏನೇ ಹೇಳ್ತಿದೀಯಾ? ಇದು ನಿಜಾನಾ? ಅಯ್ಯೋ ದೇವರೇ, ಇಂಥ ಶಿಕ್ಷೆ ಯಾಕೆ ಕೊಟ್ಟೆ? ದಿಕ್ಕಿಲ್ಲದ ಮನೆಗೆ ಇಂಥ ಕಳಂಕ ತಂದುಬಿಟ್ಟೆಯಲ್ಲಾ ಮಗಳೇ!" ಅವರು ಎದೆ ಬಡಿದುಕೊಂಡರು.

"ಅಮ್ಮ, ನನ್ನ ಕ್ಷಮಿಸು. ನಾನು ಬೇಕಂತ ಮಾಡಿದ್ದಲ್ಲ. ಅವನು ಮದುವೆ ಆಗ್ತೀನಿ ಅಂತ ನಂಬಿಸಿದ..."

"ಯಾರವ್ವಾ ನಂಬ್ತಾರೆ ಇದನ್ನ? ಊರಿನ ಜನ ನಂಬ್ತಾರಾ? ಹೋಗ್ಲಿ ಬಿಡು, ನಾನು ನಾಳೆಯೇ ಕುಂದಾಪುರಕ್ಕೆ ಬರ್ತೀನಿ. ಆ ಶಂಕರಪ್ಪನವರ ಕಾಲು ಹಿಡಿದು ಬೇಡಿಕೊಳ್ತೀನಿ. ಆ ಹುಡುಗನ ಮನೆ ಬಾಗಿಲಿಗೆ ಹೋಗಿ, 'ನನ್ನ ಮಗಳಿಗೆ ನ್ಯಾಯ ಕೊಡಿ' ಅಂತ ಭಿಕ್ಷೆ ಬೇಡ್ತೀನಿ," ಪಾರ್ವತಮ್ಮ ಆಕ್ರೋಶ ಮತ್ತು ಹತಾಶೆಯಿಂದ ಹೇಳಿದರು.

"ಬೇಡಮ್ಮ, ಅದು ಸಾಧ್ಯವಿಲ್ಲ. ಅವರು ನಮ್ಮನ್ನ ಮನುಷ್ಯರ ತರಾನೇ ನೋಡಲ್ಲ. ಪೊಲೀಸ್ ಸ್ಟೇಷನ್ ನಲ್ಲೇ ನನಗೆ ನ್ಯಾಯ ಸಿಗಲಿಲ್ಲ, ಇನ್ನು ನಿಮ್ಮ ಮಾತು ಕೇಳ್ತಾರಾ? ಅವರು ನನ್ನನ್ನ ಕಸದ ಹಾಗೆ ಹೊರಹಾಕಿದ್ದಾರೆ," ಗೌರಿ ಕಣ್ಣೀರು ಒರೆಸಿಕೊಳ್ಳುತ್ತಾ ಹೇಳಿದಳು.

ಆ ದಿನದಿಂದ ಆ ಮನೆಯ ನೆಮ್ಮದಿ ಮಾಯವಾಯಿತು. ಗೌರಿ ಅಲ್ಲಿಯೇ ಉಳಿದಳು. ತಿಂಗಳುಗಳು ಉರುಳಿದವು. ಗೌರಿಯ ಹೊಟ್ಟೆ ನಿಧಾನವಾಗಿ ಉಬ್ಬಿಕೊಳ್ಳತೊಡಗಿತು. ಹಳ್ಳಿಯ ಕಣ್ಣುಗಳು ಬಹಳ ಚುರುಕು. ನೀರು ತರಲು ಹೋದಾಗ, ಸೌದೆ ತರಲು ಹೋದಾಗ, ಊರಿನ ಹೆಂಗಸರ ಪಿಸುಗುಟ್ಟುವಿಕೆ ಶುರುವಾಯಿತು.

"ನೋಡ್ದೇನೇ, ಆ ರಾಮಪ್ಪನ ಮಗಳು ಗೌರಿ... ಕುಂದಾಪುರಕ್ಕೆ ಹೋಗಿ ಕಡಿದು ಕಟ್ಟೆ ಹಾಕಿದ್ದು ಇದೇನಾ?"

"ಗಂಡನಿಲ್ಲದೆ ಬಸುರಿಯಾಗಿದ್ದಾಳೆ. ಛೀ... ಊರಿಗೆ ಅನಿಷ್ಟ ಇವಳು."

ಆ ನೂರು ಮಾತುಗಳ ಬಾಣಗಳು ನೇರವಾಗಿ ಪಾರ್ವತಮ್ಮನವರ ಎದೆಗೆ ನಾಟುತ್ತಿದ್ದವು. ಮಂಜ ಮತ್ತು ಕಾವ್ಯಾಗೆ ಶಾಲೆಯಲ್ಲಿ ಬೇರೆ ಮಕ್ಕಳು ಆಡಿಕೊಳ್ಳಲಾರಂಭಿಸಿದರು. ಒಂದು ದಿನ ಮಂಜ ಅಳುತ್ತಾ ಮನೆಗೆ ಬಂದು, "ಅಮ್ಮ, ಅಕ್ಕನ ಬಗ್ಗೆ ಏನೇನೋ ಹೇಳ್ತಾರೆ. ನಾನು ಇನ್ಮೇಲೆ ಶಾಲೆಗೆ ಹೋಗಲ್ಲ," ಎಂದು ಪುಸ್ತಕ ಬಿಸಾಡಿದ.

ಅಂದು ರಾತ್ರಿ ಪಾರ್ವತಮ್ಮನವರ ತಾಳ್ಮೆಯ ಕಟ್ಟೆ ಒಡೆಯಿತು. ಊಟದ ನಂತರ ಅವರು ಗೌರಿಯ ಬಳಿ ಬಂದು ಗಟ್ಟಿಯಾಗಿ ಹೇಳಿದರು, "ನೋಡು ಗೌರಿ, ನಾನು ಹೆತ್ತ ತಾಯಿ, ನನಗೂ ನಿನ್ನ ಕಷ್ಟ ಅರ್ಥ ಆಗುತ್ತೆ. ಆದ್ರೆ ಈ ಸಮಾಜ ನಮ್ಮನ್ನ ಬದುಕೋಕೆ ಬಿಡಲ್ಲ. ಮಂಜ, ಕಾವ್ಯನ ಮುಖ ನೋಡು. ಈ ಊರಲ್ಲಿ ನಾವು ತಲೆ ಎತ್ತಿ ನಡೆಯೋ ಹಾಗಿಲ್ಲ. ಒಂದ್ ಕೆಲಸ ಮಾಡು... ನಾಳೆ ನಾವಿಬ್ಬರೂ ಪೇಟೆಗೆ ಹೋಗೋಣ. ಅಲ್ಲಿ ಯಾರಾದ್ರೂ ಡಾಕ್ಟರ್ ಹತ್ರ ಹೋಗಿ, ಇದನ್ನ... ಇದನ್ನ ತೆಗಿಸಿಬಿಡು."

ಗೌರಿಯ ತಲೆಗೆ ಸಿಡಿಲು ಬಡಿದಂತಾಯಿತು. ರವಿ ಹೇಳಿದ ಮಾತನ್ನೇ ಈಗ ಹೆತ್ತ ತಾಯಿಯೂ ಹೇಳುತ್ತಿದ್ದಾಳೆ!

"ಏನಮ್ಮಾ ಹೇಳ್ತಿದ್ದೀಯಾ? ನನ್ನ ಮಗುನ ನಾನೇ ಕೊಲ್ಲಲಾ?"

"ಮಗು ಅಲ್ಲೇ ಅದು, ಪಾಪದ ಪಿಂಡ! ಅದು ಹುಟ್ಟಿದ್ರೆ ನಿನ್ನ ಭವಿಷ್ಯಾನೇ ಹಾಳಾಗುತ್ತೆ ಗೌರಿ. ನಾಳೆ ನಿನಗೆ ಮದುವೆ ಆಗಲ್ಲ, ನಿನ್ನ

ತಂಗಿಗೆ ಮದುವೆ ಆಗಲ್ಲ. ನಮ್ಮ ಇಡೀ ಕುಟುಂಬ ಬೀದಿಗೆ ಬೀಳುತ್ತೆ. ನನ್ನ ಮಾತು ಕೇಳು, ಅಬಾರ್ಷನ್ ಮಾಡಿಸ್ಕೋ," ತಾಯಿಯ ದನಿಯಲ್ಲಿ ವಾತ್ಸಲ್ಯಕ್ಕಿಂತ ಸಮಾಜದ ಭಯವೇ ಹೆಚ್ಚಾಗಿತ್ತು.

ಮತ್ತೆ ಅದೇ ಮಾತು. ರವಿಯೂ ಇದನ್ನೇ ಕೇಳಿದ, ಅಮ್ಮನೂ ಇದನ್ನೇ ಕೇಳ್ತಿದ್ದಾಳೆ. ಸಮಾಜದ ಮರ್ಯಾದೆಗಾಗಿ, ಬದುಕುವ ಹಕ್ಕಿರುವ ಈ ಜೀವವನ್ನು ನಾನು ಬಲಿ ಕೊಡಬೇಕಾ? ಇಲ್ಲ... ನನ್ನ ಮಗು ಕಸ ಅಲ್ಲ. ನನ್ನ ರಕ್ತ, ನನ್ನ ಉಸಿರು. ಇವರ ಮರ್ಯಾದೆಗಾಗಿ ನಾನು ರಾಕ್ಷಸಿಯಾಗಲಾರೆ. ಗೌರಿಯ ಅಂತರಾತ್ಮ ಬಂಡಾಯವೆದ್ದಿತು.

ಅಂದು ಮಧ್ಯರಾತ್ರಿ. ಮಲೆಗದ್ದೆ ಗಾಢ ನಿದ್ರೆಯಲ್ಲಿತ್ತು. ಮಳೆಯ ಸದ್ದು ಮಾತ್ರ ಕೇಳಿಸುತ್ತಿತ್ತು. ಗೌರಿ ಎದ್ದಳು. ಪಕ್ಕದಲ್ಲಿ ಮಲಗಿದ್ದ ತಾಯಿ, ತಮ್ಮ, ತಂಗಿಯನ್ನು ನೋಡಿದಳು. ಅವರ ಮುಖದಲ್ಲಿನ ಮುಗ್ಧತೆ ಅವಳ ಕಣ್ಣಲ್ಲಿ ನೀರು ತರಿಸಿತು. "ನನ್ನಿಂದ ನಿಮಗೆ ಕಷ್ಟ ಬೇಡ. ನಾನು ಹೋದರೆ ನಿಮ್ಮ ಮರ್ಯಾದೆ ಉಳಿಯುತ್ತೆ," ಎಂದು ಮನಸ್ಸಿನಲ್ಲೇ ಅಂದುಕೊಂಡಳು.

ರಾಜಕುಮಾರ ಸಿದ್ಧಾರ್ಥ ತನ್ನ ರಾಜ್ಯ, ಹೆಂಡತಿ, ಮಗುವನ್ನು ಬಿಟ್ಟು ಕತ್ತಲಲ್ಲಿ ಹೊರಟಂತೆ, ಗೌರಿ ತನ್ನ ತವರೂರು, ತಾಯಿ, ಭವಿಷ್ಯ ಎಲ್ಲವನ್ನೂ ಬಿಟ್ಟು ಮಳೆಯ ಕತ್ತಲಲ್ಲಿ ಹೆಜ್ಜೆ ಹಾಕಿದಳು. ಮಲೆನಾಡಿನ ಕಗ್ಗತ್ತಲ ರಸ್ತೆಯಲ್ಲಿ ಅವಳ ಏಕಾಂಗಿ ಪಯಣ ಶುರುವಾಯಿತು. ಮಳೆಯ ಚಳಿ ಮೂಳೆಗಳನ್ನು ಕೊರೆಯುತ್ತಿತ್ತು,

ಆದರೆ ಅವಳ ಎದೆಯಲ್ಲಿ ಉರಿಯುತ್ತಿದ್ದ ಜ್ವಾಲೆ ಅವಳನ್ನು ಮುನ್ನಡೆಸುತ್ತಿತ್ತು.

ಬೆಳಗಾಗುವ ಹೊತ್ತಿಗೆ ಅವಳು ಹೆದ್ದಾರಿಯನ್ನು ತಲುಪಿದಳು. ಕಾಲುಗಳು ಊದಿಕೊಂಡಿದ್ದವು. ಹೊಟ್ಟೆಯಲ್ಲಿ ಹಸಿವಿನ ಬೆಂಕಿ. ಅಲ್ಲಿ ಬಂದ ಯಾವುದೋ ಒಂದು ಲಾರಿಯನ್ನು ನಿಲ್ಲಿಸಿ, ಡ್ರೈವರ್ ಬಳಿ ಅಂಗಲಾಚಿ ಹತ್ತಿಕೊಂಡಳು. "ಎಲ್ಲಿಗೆ ಹೋಗ್ಬೇಕು ತಾಯಿ?" ಎಂದು ಆತ ಕೇಳಿದಾಗ, "ಎಲ್ಲಿಗಾದ್ರೂ ಸರಿ, ಒಂದು ದೇವಸ್ಥಾನ ಇರೋ ಊರಿಗೆ ಬಿಡಿ," ಎಂದಳು.

ಮಧ್ಯಾಹ್ನದ ಹೊತ್ತಿಗೆ ಆ ಲಾರಿ ಅವಳನ್ನು ಒಂದು ದೊಡ್ಡ ಪಟ್ಟಣದ ಬಸ್ ನಿಲ್ದಾಣದ ಬಳಿ ಇಳಿಸಿತು. ಆಯಾಸದಿಂದ ಕಂಗೆಟ್ಟಿದ್ದ ಅವಳಿಗೆ ಆ ಕ್ಷಣಕ್ಕೆ ಅದು ಯಾವ ಊರು ಎಂದು ಸರಿಯಾಗಿ ತಿಳಿದಿರಲಿಲ್ಲ, ತಿಳಿಯುವ ಆಸಕ್ತಿಯೂ ಇರಲಿಲ್ಲ. ರಸ್ತೆಯ ಬದಿಯಲ್ಲಿ ನಡೆದುಕೊಂಡು ಹೋದ ಅವಳಿಗೆ ದೂರದಲ್ಲಿ ಊರಿನ ಪ್ರಸಿದ್ಧ 'ಮುಕ್ತೇಶ್ವರ' ದೇವಸ್ಥಾನದ ಬೃಹತ್ ಗೋಪುರ ಕಣ್ಣಿಗೆ ಬಿತ್ತು. ಅದು ಕುಂದಾಪುರದಿಂದ ಸಾಕಷ್ಟು ದೂರದಲ್ಲಿದ್ದ 'ಉಡುಪಿ' ನಗರದ ಪ್ರಶಾಂತವಾದ ಪುಣ್ಯಕ್ಷೇತ್ರವಾಗಿತ್ತು.

"ಮನುಷ್ಯರು ಕೈ ಬಿಟ್ಟರು, ಕಡೆಗೆ ಹೆತ್ತ ತಾಯಿಯೇ ಹೊರಹಾಕಿದಳು. ಇನ್ನು ಆ ಕಲ್ಲಿನ ದೇವರು ಬಿಟ್ಟರೆ ಬೇರೆ ಯಾರು ಗತಿ?" ಎಂದುಕೊಂಡು ಅವಳು ಆ ದೇವಸ್ಥಾನದ ಕಡೆಗೆ ಹೆಜ್ಜೆ ಹಾಕಿದಳು. ಸಂಜೆಯ ಹೊತ್ತಿಗೆ ದೇವಸ್ಥಾನದ ಆವರಣವನ್ನು ತಲುಪಿದಳು. ಹೊಟ್ಟೆಯಲ್ಲಿದ್ದ ಮಗು ಹಸಿವಿನಿಂದ ಒದೆಯುತ್ತಿತ್ತು.

ದೇವಸ್ಥಾನದ ಪ್ರಾಂಗಣದಲ್ಲಿ ಯಾರೋ ಭಕ್ತರು ಕೊಟ್ಟ ಸ್ವಲ್ಪ ಪ್ರಸಾದವನ್ನು ತಿಂದು ನೀರು ಕುಡಿದಳು.

ಕತ್ತಲು ಆವರಿಸುತ್ತಿದ್ದಂತೆ, ಅವಳ ದೇಹದ ಶಕ್ತಿಯೆಲ್ಲಾ ಉಡುಗಿಹೋಗಿತ್ತು. ದೇವಸ್ಥಾನದ ಒಂದು ಕತ್ತಲ ಮೂಲೆಯಲ್ಲಿ, ಕಲ್ಲಿನ ಚಪ್ಪಡಿಯ ಮೇಲೆ ತನ್ನ ಹರಿದ ಸೀರೆಯ ಸೆರಗನ್ನೇ ಹೊದ್ದು ಮುದುರಿ ಮಲಗಿದಳು. ಸಮಾಜದ ಕಟ್ಟುಪಾಡುಗಳಿಗಿಂತ ತಾಯ್ತನದ ಹಕ್ಕು ದೊಡ್ಡದು ಎಂಬ ಸತ್ಯವನ್ನು ಹೊತ್ತು, ನಾಳೆಯ ಭರವಸೆಯಿಲ್ಲದೆ ಆ ರಾತ್ರಿ ಅವಳು ಪ್ರಜ್ಞೆ ತಪ್ಪಿದವಳಂತೆ ನಿದ್ರೆಗೆ ಜಾರಿದಳು.

***

ಬೆಳಗಾಗುತ್ತಲೇ ದೇವಸ್ಥಾನದ ಗಂಟೆ ಸದ್ದು ಮಾಡಿತು. "ಡಾಂಗ್... ಡಾಂಗ್..." ಆ ಶಬ್ದ ಗೌರಿಯನ್ನು ನಿದ್ರೆಯಿಂದ ಎಬ್ಬಿಸಿತು. ಕಲ್ಲಿನ ನೆಲದ ಮೇಲೆ, ಹರಿದ ಸೀರೆಯ ಸೆರಗನ್ನೇ ಹೊದ್ದು ಮಲಗಿದ್ದ ಅವಳ ದೇಹ ಚಳಿಯಿಂದ ಹಾಗೂ ಅಭ್ಯಾಸವಿಲ್ಲದ ಕಠಿಣ ನೆಲದಿಂದಾಗಿ ಪ್ರತಿಭಟಿಸುತ್ತಿತ್ತು. ಆದರೆ ಆ ದೈಹಿಕ ನೋವಿಗಿಂತ, ನಿನ್ನೆ ರಾತ್ರಿಯವರೆಗೂ ಅವಳನ್ನು ಕಾಡಿದ್ದ ತಾಯಿಯ ಮಾತುಗಳು ಅವಳನ್ನು ಹೆಚ್ಚು ಬೆಚ್ಚಿಬೀಳಿಸಿದ್ದವು. ತನ್ನದೇ ರಕ್ತ, ತನ್ನ ಹೊಟ್ಟೆಯಲ್ಲಿದ್ದ ಕೂಸನ್ನು ಅಬಾರ್ಷನ್ ಮಾಡಿಸಲು ಹೇಳಿದ ಹೆತ್ತ ತಾಯಿಯ ಮುಖ ನೆನಪಾದಾಗಲೆಲ್ಲ ಅವಳ ಎದೆ ಝಲ್ಲೆನ್ನುತ್ತಿತ್ತು. ತನ್ನ ಮಗುವನ್ನು ಉಳಿಸಿಕೊಳ್ಳಲು ಮನೆಯಿಂದ ಕತ್ತಲಲ್ಲೇ ಓಡಿಬಂದಿದ್ದಳು. ಆ ನಿರ್ಧಾರ ಸರಿಯೋ

ತಪ್ಪೋ ಗೊತ್ತಿರಲಿಲ್ಲ, ಆದರೆ ಪ್ರಕೃತಿ ಅವಳನ್ನು ಬದುಕಲು, ಹೋರಾಡಲು ಈ ದೇವಸ್ಥಾನದ ಮಡಿಲಿಗೆ ಸೇರಿಸಿತ್ತು. ಪಕ್ಕದಲ್ಲಿ ಮಲಗಿದ್ದ ಬೇರೆ ಕೆಲವು ಭಕ್ತರು, ನಿರ್ಗತಿಕರು ಆಗಲೇ ಎದ್ದು ತಮ್ಮ ತಮ್ಮ ಪಾಡಿಗೆ ಮುಖ ತೊಳೆಯಲು ಹೋಗಿದ್ದರು. ಯಾರಲ್ಲೂ ಯಾವ ಆತುರವೂ ಇರಲಿಲ್ಲ, ಯಾರ ದೃಷ್ಟಿಯಲ್ಲೂ ಯಾವ ತೀರ್ಪೂ ಇರಲಿಲ್ಲ.

ದೇವಸ್ಥಾನದ ಆವರಣದಲ್ಲಿ ಭಕ್ತಾದಿಗಳ ಓಡಾಟ ಶುರುವಾಗಿತ್ತು. ಬೆಳಗಿನ ಜಾವದ ಮಂಜು ಮುಸುಕಿದ ವಾತಾವರಣದಲ್ಲಿ, ದೇವಸ್ಥಾನದ ಗೋಪುರ ಸ್ವರ್ಗದ ಬಾಗಿಲಿನಂತೆ, ಭೂಮಿಯ ಮೇಲಿನ ನೊಂದ ಜೀವಗಳಿಗೆ ತೆರೆದ ಕೈಯಂತೆ ಕಾಣುತ್ತಿತ್ತು. ಹೂವಿನವರು, ಹಣ್ಣಿನವರು ತಮ್ಮ ಅಂಗಡಿಗಳನ್ನು ತೆರೆಯುತ್ತಿದ್ದರು. ಅಲ್ಲಿನ ಪ್ರತಿಯೊಬ್ಬರ ಮುಖದಲ್ಲೂ ಒಂದು ರೀತಿಯ ಪ್ರಶಾಂತತೆ, ಭಕ್ತಿ ಇತ್ತು.

ಗೌರಿ ಮೆಲ್ಲಗೆ ಎದ್ದಳು. ಅವಳು ದೇವಸ್ಥಾನದ ಕೊಳದ ಬಳಿ ಹೋಗಿ ಮುಖ ತೊಳೆದುಕೊಂಡಳು. ನೀರು ತಣ್ಣಗಿತ್ತು. ಮುಖದ ಮೇಲಿದ್ದ ನಿನ್ನೆಯ ಕಣ್ಣೀರಿನ ಕಲೆಗಳು ಅಳಿಸಿ ಹೋದವು. ತನ್ನ ಪ್ರತಿಬಿಂಬವನ್ನು ಆ ಕೊಳದ ನೀರಿನಲ್ಲಿ ನೋಡಿದಳು. ತಲೆಗೂದಲು ಅಸ್ತವ್ಯಸ್ತವಾಗಿತ್ತು, ಮುಖ ಕಳೆಗುಂದಿತ್ತು, ಆದರೆ ಕಣ್ಣುಗಳಲ್ಲಿ ಮಾತ್ರ ತನ್ನ ಮಗುವನ್ನು ಕಾಪಾಡಿಕೊಳ್ಳಬೇಕೆಂಬ ಒಂದು ಹೊಸ ಹೊಳಪಿತ್ತು.

"ಹೇ ಭಗವಂತ, ನನ್ನನ್ನು ಬದುಕಿಸಿದೆ. ಈಗ ದಾರಿ ತೋರು," ಎಂದು ಮನಸ್ಸಿನಲ್ಲೇ ಬೇಡಿಕೊಂಡಳು.

ಅವಳು ಸುಮ್ಮನೆ ಕುಳಿತುಕೊಳ್ಳಲು ಇಷ್ಟಪಡಲಿಲ್ಲ. ಏನಾದರೂ ಕೆಲಸ ಮಾಡಿದರೆ ಮನಸ್ಸು ಹಗುರಾಗುತ್ತದೆ ಎಂದುಕೊಂಡಳು. ಅಲ್ಲಿನ ಸ್ವಚ್ಛತಾ ಸಿಬ್ಬಂದಿಯಾದ ವಯಸ್ಸಾದ ಅಮ್ಮನೊಬ್ಬಳು, ಪ್ರಾಂಗಣವನ್ನು ಗುಡಿಸುತ್ತಿದ್ದರು. ಗೌರಿ ಮೆಲ್ಲನೆ ಅವರ ಹತ್ತಿರ ಹೋಗಿ, "ಅಮ್ಮ, ನಾನೂ ಸ್ವಲ್ಪ ಸಹಾಯ ಮಾಡಲಾ? ನನಗೆ ಸುಮ್ಮನೆ ಕೂರಲು ಆಗುತ್ತಿಲ್ಲ," ಎಂದು ಕೇಳಿದಳು.

ಆ ಹೆಂಗಸು ಗೌರಿಯನ್ನು ನೋಡಿ ಮುಗುಳ್ನಕ್ಕಳು. ಗೌರಿಯ ಸ್ಥಿತಿ, ಅವಳ ಗರ್ಭಿಣಿ ಎಂಬುದು ಆ ಅಮ್ಮನಿಗೆ ಸ್ಪಷ್ಟವಾಗಿ ಕಾಣುತ್ತಿತ್ತು. ಆದರೆ ಅವಳ ಕಣ್ಣಲ್ಲಿ ಯಾವುದೇ ಅನುಮಾನವಾಗಲಿ, ಕೀಳರಿಮೆಯಾಗಲಿ ಇರಲಿಲ್ಲ. ಈ ದೇವಸ್ಥಾನದ ಕಲ್ಲುಗಳಿಗೆ ಎಷ್ಟು ಕಥೆಗಳು ಗೊತ್ತಿವೆಯೋ, ಈ ಅಮ್ಮನ ಕಣ್ಣುಗಳಿಗೂ ಅಷ್ಟೇ ಕಥೆಗಳು ತಿಳಿದಂತಿತ್ತು. "ಯಾಕವ್ವ, ನೀನು ಗರ್ಭಿಣಿ, ಸುಸ್ತಾಗಿರ್ತೀಯೆ. ಕೂತ್ಕೊ ತಾಯಿ," ಎಂದಳು ಪ್ರೀತಿಯಿಂದ.

"ಇಲ್ಲ ಅಮ್ಮ, ನನಗೆ ಕೆಲಸ ಮಾಡಿದರೆ ಸಮಾಧಾನ. ದಯವಿಟ್ಟು ಕೊಡಿ," ಎಂದು ಹಠ ಮಾಡಿ ಗೌರಿ ಪೊರಕೆ ತೆಗೆದುಕೊಂಡಳು. ದೇವಸ್ಥಾನದ ಪ್ರಾಂಗಣವನ್ನು ಗುಡಿಸಲು ಶುರು ಮಾಡಿದಳು. ಆ ದೊಡ್ಡ ಪ್ರಾಂಗಣದಲ್ಲಿ ಪ್ರತಿಯೊಂದು ಕಸದ ಕಡ್ಡಿಯನ್ನೂ ಎತ್ತಿ ಹಾಕುವಾಗ, ತನ್ನ ಜೀವನದ ಕಸವನ್ನೂ, ಅವಮಾನಗಳನ್ನೂ, ನಿರಾಶೆಯನ್ನೂ ಹೊರಹಾಕುತ್ತಿರುವಂತೆ

ಭಾಸವಾಗುತ್ತಿತ್ತು. ದೇವಸ್ಥಾನದ ವಾತಾವರಣ ಅವಳನ್ನು ತನ್ನೊಳಗೆ ಹುದುಗಿಸಿಕೊಂಡಂತಿತ್ತು. ಅಲ್ಲಿ ಯಾರೂ ಅವಳನ್ನು "ಯಾರು ನೀನು? ಗಂಡ ಎಲ್ಲಿದ್ದಾನೆ?" ಎಂದು ಕೇಳಲಿಲ್ಲ. ದೇವರ ಸನ್ನಿಧಿಯಲ್ಲಿ ಎಲ್ಲರೂ ಒಂದೇ, ಯಾರಿಗೂ ಯಾವುದೇ ತಾರತಮ್ಯವಿಲ್ಲ ಎಂಬ ಸತ್ಯ ಅವಳ ಮನಸ್ಸಿಗೆ ಸಾಂತ್ವನ ನೀಡಿತು.

ಅವಳು ಶ್ರದ್ಧೆಯಿಂದ ಗುಡಿಸುತ್ತಿರುವುದನ್ನು ದೇವಸ್ಥಾನದ ಪ್ರಧಾನ ಅರ್ಚಕರಾದ ವೇದಮೂರ್ತಿ ಅನಂತ ಶಾಸ್ತ್ರಿಗಳು ಗಮನಿಸುತ್ತಿದ್ದರು. ಅವರು ಸುಮಾರು ಅರವತ್ತೈದು ವರ್ಷದ ವೃದ್ಧರು. ಮುಖದಲ್ಲಿ ಅಪಾರವಾದ ತೇಜಸ್ಸು, ಕಣ್ಣುಗಳಲ್ಲಿ ಸಾಗರದಷ್ಟೇ ಆಳವಾದ ಕಾರುಣ್ಯ ತುಂಬಿ ತುಳುಕುತ್ತಿತ್ತು. ಬಿಳಿ ಪಂಚೆ, ಹೆಗಲ ಮೇಲೆ ಶಲ್ಯ, ಕೊರಳಲ್ಲಿ ರುದ್ರಾಕ್ಷಿ ಮಾಲೆ ಧರಿಸಿದ್ದ ಅವರು ನೋಡಲು ಸಾಕ್ಷಾತ್ ಋಷಿಯಂತೆ ಕಾಣುತ್ತಿದ್ದರು.

ಮುಕ್ತೇಶ್ವರನ ಬೆಳಗಿನ ಪೂಜೆ ಮುಗಿಸಿ ಹೊರಗೆ ಬಂದ ಅವರು, ನೇರವಾಗಿ ಗೌರಿಯ ಹತ್ತಿರ ಬಂದರು. ಅವರನ್ನು ನೋಡಿ ಗೌರಿ ಪೊರಕೆ ಕೆಳಗಿಟ್ಟು, ಸೆರಗು ಸರಿಪಡಿಸಿಕೊಂಡು, ಸ್ವಲ್ಪ ಹಿಂದೇಟು ಹಾಕಿ ನಿಂತಳು. ಎಲ್ಲಿ ತನ್ನನ್ನು ಗದರಿ ಕಳುಹಿಸುತ್ತಾರೋ ಎಂಬ ಸಣ್ಣ ಭಯ ಅವಳಲ್ಲಿತ್ತು.

"ಮಗಳೇ, ನಿನ್ನ ಮುಖದಲ್ಲಿರುವ ನೋವು ಈ ಪೊರಕೆಯಿಂದ ಗುಡಿಸಿದರೆ ಹೋಗುವಂಥದ್ದಲ್ಲ," ಗುರೂಜಿ ಮೃದುವಾಗಿ, ಆದರೆ ಗಂಭೀರವಾಗಿ ಹೇಳಿದರು. "ಬಾ, ಅಲ್ಲಿ ಕೂತು ಮಾತಾಡೋಣ."

ಅವರ ದನಿಯಲ್ಲಿ ಒಂದು ತಾಯಿಯ ವಾತ್ಸಲ್ಯವಿತ್ತು, ಜೊತೆಗೆ ಒಂದು ಅಚಲವಾದ ಧರ್ಮದ ಅರಿವಿತ್ತು. ಗೌರಿ ಅವರನ್ನು ಹಿಂಬಾಲಿಸಿ ದೇವಸ್ಥಾನದ ಕಚೇರಿಯ ಕಡೆ ಹೋದಳು. ಅವರು ಅವಳಿಗೆ ಕುಡಿಯಲು ಬಿಸಿ ಹಾಲು ಮತ್ತು ಪ್ರಸಾದವನ್ನು ಕೊಟ್ಟರು.

"ಕುಡಿ ತಾಯಿ. ನಿನ್ನ ಹೊಟ್ಟೆಯಲ್ಲಿ ಬೆಳೆಯುತ್ತಿರುವ ಜೀವಕ್ಕೆ ಮೊದಲು ಶಕ್ತಿ ಬೇಕು," ಎಂದರು. ಗೌರಿ ಆ ಹಾಲನ್ನು ಕುಡಿಯುತ್ತಿರುವಾಗ ಅವಳ ಕಣ್ಣುಗಳಿಂದ ಅರಿವಿಲ್ಲದೆ ನೀರು ಸುರಿಯತೊಡಗಿತು. ಇದು ದುಃಖದ ಕಣ್ಣೀರಾಗಿರಲಿಲ್ಲ, ಬದಲಿಗೆ ಯಾರೋ ತನ್ನನ್ನು ಮನುಷ್ಯಳಂತೆ ನೋಡಿದರಲ್ಲ ಎಂಬ ಕೃತಜ್ಞತೆಯ ಕಣ್ಣೀರಾಗಿತ್ತು.

"ಹೇಳು ಮಗಳೇ, ನಿನ್ನ ಕಥೆ ಏನು? ಈ ದೇವರ ಸನ್ನಿಧಿಯಲ್ಲಿ ಯಾರೂ ಅನಾಥರಲ್ಲ. ಮುಕ್ತವಾಗಿ ಹೇಳಿಕೊ," ಎಂದು ಗುರೂಜಿ ಅಭಯವಿತ್ತರು.

ಗೌರಿ ಸ್ವಲ್ಪವೂ ಮುಚ್ಚಿಡದೆ ಎಲ್ಲವನ್ನೂ ಹೇಳಿದಳು. ತನ್ನ ಹುಟ್ಟು, ಬಡತನ, ರವಿಯ ಪರಿಚಯ, ಅವಳು ಇಟ್ಟ ನಂಬಿಕೆ, ಅವನು ಮಾಡಿದ ದ್ರೋಹ, ಊರವರ ಅಪವಾದ, ಪೊಲೀಸರ ನ್ಯಾಯ, ತನ್ನ ತಾಯಿಯೇ ಮಗುವನ್ನು ತೆಗೆದು ಬಿಡಲು ಹೇಳಿದ್ದು, ಮತ್ತು ಕೊನೆಗೆ ಮಗುವನ್ನು ಉಳಿಸಲು ತಾನು ಮಧ್ಯರಾತ್ರಿ ಮನೆ ಬಿಟ್ಟು ಹೊರಬಂದದ್ದು ಎಲ್ಲವೂ ಜಲಪಾತದಂತೆ ಅವಳ ಬಾಯಿಂದ ಹೊರಬಂತು.

ಗುರೂಜಿ ಎಲ್ಲವನ್ನೂ ಮೌನವಾಗಿ, ಕಣ್ಣು ಮುಚ್ಚಿ ಕೇಳಿಸಿಕೊಂಡರು. ಅವರ ಮುಖದಲ್ಲಿ ಯಾವುದೇ ಕೋಪಾಗಲಿ, ಆಶ್ಚರ್ಯವಾಗಲಿ ಇರಲಿಲ್ಲ. ಮನುಷ್ಯನ ವಿಕೃತಿಗಳು ಮತ್ತು ಸಮಾಜದ ಕ್ರೌರ್ಯ ಅವರಿಗೇನು ಹೊಸತಲ್ಲ.

"ಮಗಳೇ, ಈ ಸಮಾಜ ಹೆಣ್ಣನ್ನು ಶಕ್ತಿ ಅಂತ ಪೂಜಿಸುತ್ತೆ, ಆದರೆ ಅವಳು ಶಕ್ತಿಯಾಗಿ ನಿಂತಾಗ ಭಯಪಡುತ್ತೆ, ಅವಳ ಬಾಯಿ ಮುಚ್ಚಿಸುತ್ತೆ. ನಿನ್ನ ಜೊತೆ ಆಗಿರೋದು ಅನ್ಯಾಯ. ಆದರೆ ಆ ಅನ್ಯಾಯದ ವಿರುದ್ಧ, ಸಮಾಜದ ಮರ್ಯಾದೆಗಾಗಿ ಸ್ವಂತ ಮಗುವನ್ನೇ ಬಲಿಕೊಡಲು ಒಪ್ಪದೆ ನೀನು ಮನೆ ಬಿಟ್ಟು ಬಂದೆಯಲ್ಲ, ಅದು ನಿನ್ನ ತಾಯ್ತನದ ಗೆಲುವು," ಎಂದು ಕಣ್ತೆರೆದು ಹೇಳಿದರು. "ಗರಿಕೆಯನ್ನು ಎಷ್ಟೇ ತುಳಿದರೂ, ಒಣಗಿಸಿದರೂ ಅದು ಮಳೆಯ ಒಂದೇ ಹನಿಗೆ ಮತ್ತೆ ಚಿಗುರುತ್ತದೆ. ನಿನ್ನ ಬದುಕು ಆ ಗರಿಕೆಯಂತಾಗಬೇಕು. ತುಳಿದವರ ಮುಂದೆಯೇ ಹಸಿರಾಗಿ ಬೆಳೆದು ನಿಲ್ಲಬೇಕು. ನಿನ್ನ ಹೊಟ್ಟೆಯಲ್ಲಿರುವ ಮಗು ನಿನ್ನ ಪಾಪದ ಫಲವಲ್ಲ, ಅದು ಪ್ರಕೃತಿಯ ಕೊಡುಗೆ. ಅದಕ್ಕೆ ಬದುಕುವ ಹಕ್ಕಿದೆ."

"ಆದರೆ ಸ್ವಾಮಿ, ನನಗೆ ಆಸರೆ ಎಲ್ಲಿದೆ? ಊರು ಬಿಟ್ಟು ಬಂದಿದ್ದೇನೆ. ನನ್ನ ಮಗುವಿಗೆ ಅಪ್ಪ ಯಾರು ಎಂದರೆ. ನಾನು ಹೇಗೆ ಬದುಕುವುದು?" ಗೌರಿ ಅಳುತ್ತಾ ಕೇಳಿದಳು.

ಗುರೂಜಿಯ ಕಣ್ಣುಗಳಲ್ಲಿ ಈಗ ಒಂದು ದೃಢತೆ ಮೂಡಿತ್ತು. "ತಾಯಿ, ಆಶ್ರಯವನ್ನು ನಾನು ಕೊಡುತ್ತೇನೆ. ಈ ದೇವಸ್ಥಾನದ ಗೋಶಾಲೆ ಇದೆ, ಹೂವಿನ ತೋಟ ಇದೆ. ಅಲ್ಲಿ ನೀನು ಕೆಲಸ

ಮಾಡಿಕೊಂಡಿರು. ನಿನಗೆ ಬೇಕಾದ ಊಟ, ವಸತಿ ಈ ದೇವಸ್ಥಾನ ಕೊಡುತ್ತದೆ. ಆದರೆ..." ಅವರು ಸ್ವಲ್ಪ ವಿರಮಿಸಿದರು.

ಗೌರಿ ಆತುರದಿಂದ ಅವರನ್ನು ನೋಡಿದಳು.

"ಆದರೆ ನೀನು ಬರೀ ಬದುಕಿದರೆ ಸಾಲದು, ಹೋರಾಡಬೇಕು. ನಿನ್ನ ಮಗುವಿಗೆ ಅಪ್ಪನ ಹೆಸರು ಬೇಕು, ಅದು ಭಿಕ್ಷೆಯಾಗಿ ಅಲ್ಲ, ಹಕ್ಕಾಗಿ. ನಿನ್ನ ಗಂಡ ದೊಡ್ಡ ಶ್ರೀಮಂತನಾಗಿರಬಹುದು, ಆದರೆ ಧರ್ಮ ನಿನ್ನ ಕಡೆ ಇದೆ. ನೀನು ನ್ಯಾಯಾಲಯದ ಮೆಟ್ಟಿಲು ಏರಬೇಕು. ಕಾನೂನಿನ ಹೋರಾಟ ಮಾಡಬೇಕು. ನೀನು ಹಿಂದೆ ಸರಿಯಬೇಡ, ಹೆದರಬೇಡ. ನಿನ್ನ ಜೊತೆ ನಾನು ನಿಲ್ಲುತ್ತೇನೆ, ಈ ದೇವಸ್ಥಾನ ನಿಲ್ಲುತ್ತದೆ."

ಆ ಮಾತುಗಳು ಗೌರಿಯ ಕಿವಿಗೆ ಮಂತ್ರದಂತೆ ಬಿದ್ದವು. 'ನ್ಯಾಯಾಲಯ', 'ಕಾನೂನು ಹೋರಾಟ' ಇವೆಲ್ಲ ಅವಳಿಗೆ ಹೊಸ ಪದಗಳಾಗಿದ್ದವು. "ನಾನು... ನಾನು ಹೇಗೆ ಸ್ವಾಮಿ? ನನಗೆ ಯಾರೂ ಗೊತ್ತಿಲ್ಲ..."

"ಗೊತ್ತಿರುವವರು ಬರ್ತಾರೆ. ಧರ್ಮದ ದಾರಿಯಲ್ಲಿ ನಡೆದಾಗ ಯಶಸ್ಸು ತಾನಾಗಿಯೇ ಸಿಗುತ್ತೆ. ನನ್ನ ಪರಿಚಯದ ಲಾಯರ್ ಒಬ್ಬರಿದ್ದಾರೆ, ನಾರಾಯಣ ರಾವ್ ಅಂತ. ತುಂಬಾ ಒಳ್ಳೆಯ ಮನುಷ್ಯ. ಇಂದೇ ಅವರನ್ನು ಭೇಟಿಯಾಗೋಣ. ನೀನು ಮೊದಲು ನಿನ್ನ ಮನಸ್ಸನ್ನು ಗಟ್ಟಿ ಮಾಡಿಕೊ. ಅಳುವುದನ್ನು ಬಿಡು. ರವಿಯಂತಹ ಹೇಡಿಗೆ ನೀನು ತಲೆಬಾಗಬಾರದು. ನಿನ್ನ ಮಗು ತಲೆ

ಎತ್ತಿ ಬದುಕಬೇಕು ಎಂದರೆ, ಮೊದಲು ನೀನು ತಲೆ ಎತ್ತಿ ನಿಲ್ಲಬೇಕು."

ಗೌರಿ ಕಣ್ಣೀರು ಒರೆಸಿಕೊಂಡು ಎದ್ದು ನಿಂತಳು. ಅವಳ ಕಣ್ಣಲ್ಲಿ ಈಗ ಅಂಜಿಕೆಯ ಬದಲು ಒಂದು ಹೊಸ ಸಂಕಲ್ಪವಿತ್ತು. "ಆಗಲಿ ಸ್ವಾಮಿ, ನೀವು ಹೇಳಿದಂತೆ ಮಾಡುತ್ತೇನೆ."

ಅಂದು ಸಂಜೆಯೇ ವೇದಮೂರ್ತಿಗಳು ಗೌರಿಯನ್ನು ಕರೆದುಕೊಂಡು ಪೇಟೆಗೆ ಹೊರಟರು. ಲಾಯರ್ ನಾರಾಯಣ ರಾಯರ ಆಫೀಸು ಹಳೆಯದಾದರೂ ಗಾಂಭೀರ್ಯದಿಂದ ಕೂಡಿತ್ತು. ಕಪಾಟುಗಳಲ್ಲಿ ಜೋಡಿಸಿಟ್ಟ ದಪ್ಪ ದಪ್ಪ ಕಾನೂನು ಪುಸ್ತಕಗಳು, ಟೇಬಲ್ ಮೇಲಿದ್ದ ಹಳೆಯ ಟೈಪ್ ರೈಟರ್, ಗೋಡೆಯ ಮೇಲಿದ್ದ ಗಾಂಧೀಜಿಯ ಫೋಟೋ ಇವೆಲ್ಲವೂ ಅಲ್ಲಿನ ವಾತಾವರಣಕ್ಕೆ ಒಂದು ತೂಕವನ್ನು ತಂದುಕೊಟ್ಟಿದ್ದವು.

ನಾರಾಯಣ ರಾಯರು ವಯಸ್ಸಾದವರು, ಆದರೆ ಕಣ್ಣುಗಳಲ್ಲಿ ಚುರುಕುತನವಿತ್ತು. ವೇದಮೂರ್ತಿಗಳನ್ನು ಕಂಡ ಕೂಡಲೇ ಎದ್ದು ಬಂದು ನಮಸ್ಕರಿಸಿದರು. "ಬನ್ನಿ ಶಾಸ್ತ್ರಿಗಳೇ, ಬಹಳ ದಿನಗಳ ನಂತರ ಈ ಕಡೆ?"

"ಒಂದು ಧರ್ಮದ ಕೆಲಸಕ್ಕೆ ಬಂದಿದ್ದೇನೆ ರಾಯರೇ," ಎಂದು ಶಾಸ್ತ್ರಿಗಳು ಗೌರಿಯನ್ನು ಪರಿಚಯಿಸಿದರು. "ಈ ಮಗು ಗೌರಿ, ಇವಳಿಗೆ ನ್ಯಾಯ ಕೊಡಿಸಬೇಕು."

ನಾರಾಯಣ ರಾಯರು ಕನ್ನಡಕವನ್ನು ಸರಿಪಡಿಸಿಕೊಳ್ಳುತ್ತಾ ಗೌರಿಯ ಕಡೆ ನೋಡಿದರು. ಅವಳ ಮುಖದಲ್ಲಿದ್ದ ಅಮಾಯಕತೆ

ಮತ್ತು ನೋವು ಅವರನ್ನು ತಟ್ಟಿತು. "ಕೂತ್ಕೊಳ್ಳಿ," ಎಂದು ಕುರ್ಚಿ ತೋರಿಸಿದರು.

ಶಾಸ್ತ್ರಿಗಳು ಗೌರಿಯ ಕಥೆಯನ್ನು ಸಂಕ್ಷಿಪ್ತವಾಗಿ ವಿವರಿಸಿದರು. ರವಿಯ ಮೋಸ, ಪೊಲೀಸರ ದರ್ಪ, ಎಲ್ಲವನ್ನೂ ಕೇಳಿದ ನಾರಾಯಣ ರಾಯರು ಗಂಭೀರರಾದರು.

"ಕೇಸು ಸುಲಭವಲ್ಲ ಶಾಸ್ತ್ರಿಗಳೇ," ರಾಯರು ನೇರವಾಗಿ ಹೇಳಿದರು. "ಶ್ರೀಮಂತರ ವಿರುದ್ಧ ಬಡವರು ಹೋರಾಡುವುದು ಎಂದರೆ ಆನೆ ಎದುರು ಇರುವೆ ನಿಂತಂತೆ. ಸಾಕ್ಷ್ಯಗಳು ಬೇಕು, ಸಾಕ್ಷಿಗಳು ಬೇಕು. ಸಮಾಜದ ನಿಂದನೆಗಳನ್ನು ಎದುರಿಸುವ ಶಕ್ತಿ ಬೇಕು."

"ಆ ಶಕ್ತಿ ಧರ್ಮ ಕೊಡುತ್ತೆ ರಾಯರೇ. ನೀವು ಕಾನೂನಿನ ದಾರಿ ತೋರಿಸಿ, ಉಳಿದಿದ್ದನ್ನು ದೇವರಿಗೆ ಬಿಡೋಣ," ಶಾಸ್ತ್ರಿಗಳು ದೃಢವಾಗಿ ಹೇಳಿದರು.

ಗೌರಿ ಮೆಲ್ಲಗೆ ಬಾಯಿ ಬಿಟ್ಟಳು. "ನನಗೆ ದುಡ್ಡು ಬೇಡ ಸ್ವಾಮಿ, ಆಸ್ತಿ ಬೇಡ. ನನ್ನ ಮಗುವಿಗೆ ಅಪ್ಪನ ಹೆಸರು ಬೇಕು. ಅಷ್ಟು ಸಿಕ್ಕರೆ ಸಾಕು."

ಆ ಮಾತಿನಲ್ಲಿದ್ದ ಪ್ರಾಮಾಣಿಕತೆ ನಾರಾಯಣ ರಾಯರ ಮನ ಮುಟ್ಟಿತು. ಅವರು ಟೇಬಲ್ ಮೇಲಿದ್ದ ಫೈಲ್ ಒಂದನ್ನು ಪಕ್ಕಕ್ಕೆ ಸರಿಸಿ, ಹೊಸದೊಂದು ಬಿಳಿ ಹಾಳೆಯನ್ನು ಎಳೆದುಕೊಂಡರು. ಪೆನ್ನು ತೆಗೆದು ಮುಚ್ಚಳ ತೆಗೆದರು.

"ಸರಿ, ಹಾಗಾದರೆ ಯುದ್ಧ ಶುರು ಮಾಡೋಣ. ಗೌರಿ, ನಿನಗೆ ನೆನಪಿರುವ ಪ್ರತಿಯೊಂದು ಸಣ್ಣ ವಿಷಯವನ್ನೂ ಹೇಳು. ರವಿ ಯಾವಾಗ ಸಿಕ್ಕಿದ್ದ, ಏನು ಹೇಳಿದ್ದ, ಎಲ್ಲವನ್ನೂ ಬರೆದುಕೊಳ್ಳುತ್ತೇನೆ," ಎಂದರು.

ವೇದಮೂರ್ತಿಗಳು ಗೌರಿಯ ಭುಜದ ಮೇಲೆ ಕೈಯಿಟ್ಟು, "ಧೈರ್ಯವಾಗಿ ಹೇಳು ಮಗಳೇ," ಎಂದರು.

ಆ ಸಂಜೆ, ಆ ವಕೀಲರ ಕೋಣೆಯಲ್ಲಿ, ಒಂದು ಮೌನ ಕ್ರಾಂತಿಗೆ ಮುನ್ನುಡಿ ಬರೆಯಲ್ಪಟ್ಟಿತು. ಗೌರಿ ಮಾತನಾಡುತ್ತಿದ್ದಳು, ನಾರಾಯಣ ರಾಯರು ಬರೆದುಕೊಳ್ಳುತ್ತಿದ್ದರು. ಹೊರಗೆ ಕತ್ತಲು ಆವರಿಸುತ್ತಿದ್ದರೂ, ಗೌರಿಯ ಬದುಕಿನಲ್ಲಿ ಒಂದು ಸಣ್ಣ ಭರವಸೆಯ ದೀಪ ಹತ್ತಿಕೊಂಡಿತ್ತು.

ವಾಪಾಸ್ಸು ಬರುವಾಗ ದಾರಿಯುದ್ದಕ್ಕೂ ಗೌರಿ ಮೌನವಾಗಿದ್ದಳು. ಆಶ್ರಮ ತಲುಪಿದ ಮೇಲೆ ಅವಳು ನೇರವಾಗಿ ಗುರೂಜಿಯ ಕಾಲಿಗೆ ಬಿದ್ದಳು. "ಸ್ವಾಮಿ, ನೀವು ನನಗೆ ಮರುಹುಟ್ಟು ಕೊಟ್ಟಿರಿ. ನೀವು ನನ್ನ ಪಾಲಿನ ದೇವರು."

ಗುರೂಜಿ ಅವಳನ್ನು ಆಶೀರ್ವದಿಸುತ್ತಾ ಮೇಲೆಬ್ಬಿಸಿದರು. "ದೇವರು ನಾನಲ್ಲಮ್ಮ, ಆ ಗರ್ಭಗುಡಿಯಲ್ಲಿರೋನು. ನಾನು ಕೇವಲ ನಿಮಿತ್ತ. ಇಂದಿನಿಂದ ನೀನು ಈ ಆಶ್ರಮದ ಮಗಳು. ಗೋಶಾಲೆಯ ಜವಾಬ್ದಾರಿ ನಿನ್ನದು ಎಂದೆನಲ್ಲ ಹೋಗಿ ಕೆಲಸ ಶುರು ಮಾಡು."

ಅಂದಿನಿಂದ ಗೌರಿಯ ಜೀವನದಲ್ಲಿ ಹೊಸ ಅಧ್ಯಾಯ ಶುರುವಾಯಿತು. ಅವಳಿಗೆ ದೇವಸ್ಥಾನದ ಹಿಂಭಾಗದಲ್ಲಿ ಒಂದು

ಸಣ್ಣ, ಸ್ವಚ್ಛವಾದ ಕೋಣೆ ಸಿಕ್ಕಿತು. ಬೆಳಿಗ್ಗೆಯಿಂದ ಸಂಜೆಯವರೆಗೆ ಗೋಶಾಲೆಯಲ್ಲಿ ಹಸುಗಳ ಸೇವೆ ಮಾಡುವುದು, ಕರುಗಳ ಜೊತೆ ಆಟವಾಡುವುದು ಅವಳ ದಿನಚರಿಯಾಯಿತು. ಆ ಮೂಕ ಪ್ರಾಣಿಗಳ ಕಣ್ಣಲ್ಲಿರುವ ಪ್ರೀತಿ, ರವಿಯ ಕಣ್ಣಲ್ಲಿರಲಿಲ್ಲ ಎಂಬ ಸತ್ಯ ಅವಳಿಗೆ ಅರ್ಥವಾಯಿತು. ದೇವಸ್ಥಾನದ ಪ್ರಶಾಂತ ವಾತಾವರಣ ಅವಳ ಮನಸ್ಸಿನ ಗಾಯಗಳನ್ನು ಮಾಯುವಂತೆ ಮಾಡಿತು. ದೇವಸ್ಥಾನದಲ್ಲಿ ಬರುವ ಭಕ್ತರು ಅವಳೊಡನೆ ಪ್ರೀತಿಯಿಂದ ಮಾತನಾಡುತ್ತಿದ್ದರು, ಯಾರಿಗೂ ಅವಳ ಹಿಂದಿನ ಕಥೆಯ ಬಗ್ಗೆ ಆಸಕ್ತಿ ಇರಲಿಲ್ಲ, ಇದ್ದರೂ ಅವಳ ಶ್ರದ್ಧೆಯ ಮುಂದೆ ಆ ಕಥೆಗಳು ಗೌಣವಾಗಿದ್ದವು.

ದಿನಗಳು ಉರುಳಿದವು. ಗೌರಿಯ ಹೊಟ್ಟೆ ದೊಡ್ಡದಾಗುತ್ತಿತ್ತು. ಅವಳಲ್ಲಿ ಈಗ ಹಿಂದಿನ ಹೆದರಿಕೆಯಿಲ್ಲ, ಕಣ್ಣೀರು ಇಲ್ಲ. ಅವಳು ಪ್ರತಿದಿನ ಗರ್ಭಗುಡಿಯ ಮುಂದೆ ನಿಂತು, "ದೇವರೇ, ನನ್ನ ಮಗುವಿಗೆ ಒಳ್ಳೆ ಭವಿಷ್ಯ ಕೊಡು" ಎಂದು ಮಾತ್ರ ಕೇಳುತ್ತಿರಲಿಲ್ಲ, ಬದಲಿಗೆ "ನನ್ನ ಮಗುವಿಗೆ ಅದರ ಹಕ್ಕನ್ನು ಕೊಡಿಸಲು ನನಗೆ ಶಕ್ತಿ ಕೊಡು" ಎಂದು ಪ್ರಾರ್ಥಿಸುತ್ತಿದ್ದಳು. ಗುರೂಜಿ ಹೇಳಿದ ಮಾತುಗಳು ಅವಳ ಮನಸ್ಸಿನಲ್ಲಿ ಅಚ್ಚಳಿಯದೆ ಉಳಿದಿದ್ದವು. ಅವಳು ಈಗ ಕೇವಲ ಆಶ್ರಮದ ನಿವಾಸಿ ಮಾತ್ರವಲ್ಲ, ಮುಂಬರುವ ಕಾನೂನು ಮತ್ತು ಸಮಾಜದ ವಿರುದ್ಧದ ಯುದ್ಧಕ್ಕೆ ಸಜ್ಜಾಗುತ್ತಿರುವ ಅಸ್ತ್ರವಾಗಿದ್ದಳು.

ಅವಳ ಗರ್ಭದಲ್ಲಿ ಬೆಳೆಯುತ್ತಿರುವ ಜೀವ, ಅವಳ ಸೇಡಿನ ಕುಡಿಯಲ್ಲ, ಅದು ಸತ್ಯದ, ಗೆಲುವಿನ ಕುಡಿ. ಮುಂದೆ ಬರಲಿರುವ ಬಿರುಗಾಳಿಗೆ ಅವಳು ಈಗ ಗಟ್ಟಿ ಬೇರು ಬಿಡುತ್ತಿದ್ದಳು.

***

ಕಾಲ ಚಕ್ರ ಉರುಳಿತು. ದಿನಗಳು ವಾರಗಳಾದವು, ವಾರಗಳು ತಿಂಗಳುಗಳಾದವು. ಗೌರಿಯ ಹೊಟ್ಟೆ ಗುಮ್ಮಟದಂತೆ ಉಬ್ಬಿತ್ತು. ಆಶ್ರಮದ ಗೋಶಾಲೆಯ ಕರುಗಳಿಗೆ ಮೇವು ಹಾಕುತ್ತಾ, ಹೂವಿನ ಗಿಡಗಳಿಗೆ ನೀರು ಉಣಿಸುತ್ತಾ ಅವಳು ತನ್ನ ಅಸ್ತಿತ್ವವನ್ನೂ ಪೋಷಿಸಿಕೊಳ್ಳುತ್ತಿದ್ದಳು. ಪ್ರತಿಯೊಂದು ದಿನವೂ ಅವಳಿಗೆ ಒಂದು ಪಾಠವಾಗಿತ್ತು. ಮನುಷ್ಯರ ಪ್ರಪಂಚಕ್ಕಿಂತ ಈ ಮೂಕ ಪ್ರಾಣಿಗಳ ಪ್ರಪಂಚವೇ ಹೆಚ್ಚು ನಂಬಲರ್ಹ ಎಂದು ಅವಳಿಗೆ ಅನ್ನಿಸತೊಡಗಿತ್ತು. ಆದರೆ, ಹೊರಗಿನ ಪ್ರಪಂಚದ ಅನಿವಾರ್ಯ ಕರೆ ಅವಳನ್ನು ಮತ್ತೆ ಮತ್ತೆ ವಾಸ್ತವಕ್ಕೆ ಎಳೆಯುತ್ತಿತ್ತು.

ನ್ಯಾಯಾಲಯದ ಕಾಯ್ದೆ–ಕಾನೂನುಗಳ ಪ್ರಕ್ರಿಯೆ ಆರಂಭವಾಗಿತ್ತು. ನಾರಾಯಣ ರಾಯರು ಹೇಳಿದಂತೆ, ಅದು ಸುಲಭದ ದಾರಿಯಾಗಿರಲಿಲ್ಲ. ನೋಟೀಸ್ ಗಳು, ಸಮನ್ಸ್ ಗಳು, ಅಫಿಡವಿಟ್ ಗಳು ಇವೆಲ್ಲವೂ ಗೌರಿಗೆ ಹೊಸ ಪ್ರಪಂಚದ ವಿಚಿತ್ರ ಭಾಷೆಯಂತೆ ಕಾಣುತ್ತಿದ್ದವು. ಆದರೆ ಅವಳು ಕಲಿಯುತ್ತಿದ್ದಳು. ತನ್ನ ಮಗುವಿನ ಹಕ್ಕಿಗಾಗಿ, ಅವಳು ಅಕ್ಷರಶಃ ಮತ್ತು ಭಾವನಾತ್ಮಕವಾಗಿ ಕಲಿಯುತ್ತಿದ್ದಳು.

ಅಂದು ನ್ಯಾಯಾಲಯದ ವಿಚಾರಣೆಯ ದಿನ. ಎಂಟು ತಿಂಗಳ ತುಂಬು ಗರ್ಭಿಣಿಯಾಗಿದ್ದ ಗೌರಿ, ಗುರೂಜಿಯವರ ಜೊತೆ ವಕೀಲರ ಕಚೇರಿಯಲ್ಲಿ ಕುಳಿತಿದ್ದಳು. ಆ ಕೊಠಡಿಯಲ್ಲಿ ಹಳೆಯ ಕಾಗದಗಳ ವಾಸನೆ ಮತ್ತು ಫ್ಯಾನಿನ 'ಕಟ ಕಟ' ಸದ್ದು ಬಿಟ್ಟರೆ ಬೇರೇನೂ ಇರಲಿಲ್ಲ. ಅವಳಿಗೆ ಆ ಕುರ್ಚಿಯಲ್ಲಿ ಕೂರುವುದೇ ಕಷ್ಟವಾಗುತ್ತಿತ್ತು. ಬೆನ್ನಿನ ನೋವು, ಉಸಿರಾಟದ ಏರಿಳಿತ, ಇವೆಲ್ಲದರ ನಡುವೆಯೂ ಅವಳ ಮುಖದಲ್ಲಿ ದಣಿವಿಗಿಂತ ಹೆಚ್ಚಾಗಿ ಒಂದು ನಿರ್ಲಿಪ್ತತೆ ಆವರಿಸಿತ್ತು. ಆ ನಿರ್ಲಿಪ್ತತೆ, ಎಷ್ಟೋ ರಾತ್ರಿಗಳ ಅಳು ಮತ್ತು ಪ್ರಾರ್ಥನೆಯ ನಂತರ ಬಂದದ್ದು.

"ನ್ಯಾಯಾಲಯದಲ್ಲಿ ಭಾವನೆಗಳಿಗೆ ಬೆಲೆ ಇಲ್ಲ ಗೌರಿ, ಸಾಕ್ಷ್ಯಗಳಿಗೆ ಮಾತ್ರ ಬೆಲೆ," ವಕೀಲ ನಾರಾಯಣ ರಾವ್ ಕಡತಗಳ ಧೂಳು ಕೊಡವುತ್ತಾ ಹೇಳಿದರು. ಅವರ ದನಿಯಲ್ಲಿ ಯಾವುದೇ ವೀರಾವೇಶ ಇರಲಿಲ್ಲ; ಕೇವಲ ವೃತ್ತಿಪರ ನೈಜತೆ ಇತ್ತು. ಅವರು ಗೌರಿಯ ಕಡೆ ನೋಡಿದರು. ಅವಳ ಕಣ್ಣುಗಳಲ್ಲಿ ಕಂಡ ಆಳ ಅವರನ್ನು ಕ್ಷಣಕಾಲ ಮೌನವಾಗಿಸಿತು.

"ನೋಡಮ್ಮ," ರಾಯರು ಮುಂದುವರಿಸಿದರು, "ಇದು ಸಿವಿಲ್ ಕೇಸ್ ಅಲ್ಲ, ಮರ್ಯಾದೆ ಪ್ರಶ್ನೆ. ಎದುರಾಳಿ ರವಿ ಕಡೆಯವರು ಯಾವ ಹಂತಕ್ಕೆ ಬೇಕಾದ್ರೂ ಇಳೀತಾರೆ. ನಿನ್ನ ಚಾರಿತ್ರ್ಯದ ಬಗ್ಗೆ ಇಲ್ಲಸಲ್ಲದ ಮಾತಾಡ್ತಾರೆ. ಸಮಾಜದ ಕಣ್ಣಲ್ಲಿ ನೀನು ಈಗಾಗಲೇ ಅಪರಾಧಿ ಅಂತ ಅವರು ಚಿತ್ರಿಸಬಹುದು. ಅದನ್ನ ಕೇಳಿಸಿಕೊಳ್ಳೋ ಶಕ್ತಿ ನಿನಗಿದೆಯಾ?"

ಗೌರಿ ಆಳವಾಗಿ ಉಸಿರು ಬಿಟ್ಟಳು. ತನ್ನ ಗರ್ಭದ ಮೇಲೆ ಕೈಯಿಟ್ಟುಕೊಂಡಳು. ಅಲ್ಲಿ ಒಂದು ಜೀವ ಅವಳ ಸ್ಪರ್ಶಕ್ಕೆ ಸ್ಪಂದಿಸಿತು. ಆ ಸ್ಪಂದನವೇ ಅವಳಿಗೆ ಉತ್ತರವಾಗಿತ್ತು. "ನನಗೆ ಬೇರೆ ದಾರಿ ಇಲ್ಲ ಸಾರ್. ನನ್ನ ಮಗು ಅನಾಥ ಅನಿಸಿಕೊಳ್ಳಬಾರದು. ಅದಕ್ಕೆ ಅಪ್ಪನ ಹೆಸರು ಬೇಕು, ಆಸ್ತಿ ಪಾಸ್ತಿ ಅಲ್ಲ. ಅಷ್ಟೇ ನನ್ನ ಹಠ," ಗೌರಿ ಮೆಲುದನಿಯಲ್ಲಿ, ಆದರೆ ಸ್ಪಷ್ಟವಾಗಿ ಹೇಳಿದಳು. ಅವಳ ದನಿಯಲ್ಲಿ ನಡುಕವಿರಲಿಲ್ಲ, ಬದಲಿಗೆ ಒಂದು ತಾಯಿಯ ಅಚಲ ನಿರ್ಧಾರವಿತ್ತು.

ಮಾರನೇ ದಿನ ಕೋರ್ಟ್ ಆವರಣ ಜನರಿಂದ ಕಿಕ್ಕಿರಿದಿರಲಿಲ್ಲ. ಎಲ್ಲರೂ ತಮ್ಮ ತಮ್ಮ ಕೆಲಸದಲ್ಲಿ ಮಗ್ನರಾಗಿದ್ದರು. ಯಾರಿಗೂ ಇನ್ನೊಬ್ಬರ ಕಥೆ ಕೇಳುವ ಆಸಕ್ತಿ ಇರಲಿಲ್ಲ. ಗುಮಾಸ್ತರು ಫೈಲ್ ಗಳನ್ನು ಹೊತ್ತು ಓಡಾಡುತ್ತಿದ್ದರು. ಕಪ್ಪು ಕೋಟು ಧರಿಸಿದ ವಕೀಲರುಗಳು, ನ್ಯಾಯಕ್ಕಾಗಿ ಹಾತೊರೆಯುವ ಕಕ್ಷಿದಾರರು, ಕಣ್ಣೀರು, ನಿಟ್ಟುಸಿರು ಇವೆಲ್ಲವೂ ಅಲ್ಲಿನ ಗೋಡೆಗಳಿಗೆ ಒಗ್ಗಿಹೋಗಿದ್ದವು. ಟೈಪಿಸ್ಟ್ ಗಳ 'ಟಕ್ ಟಕ್' ಸದ್ದು ಯಾಂತ್ರಿಕವಾಗಿ ಕೇಳಿಸುತ್ತಿತ್ತು, ಅದು ನ್ಯಾಯದೇವತೆಯ ಹೃದಯಬಡಿತದಂತೆ ಭಾಸವಾಗುತ್ತಿತ್ತು.

ನ್ಯಾಯಾಧೀಶರು ಆಸೀನರಾದರು. ಇದು ಅವರ ಪಾಲಿಗೆ ದಿನದ ಹತ್ತನೇ ಕೇಸ್. ರವಿಯ ಪರವಾಗಿ ಬಂದ ವಕೀಲ ದೇಸಾಯಿ ಅನುಭವಿ, ಮತ್ತು ಸಾಕಷ್ಟು ಹೆಸರು ಮಾಡಿದವರು. ಅವರು ರವಿಯನ್ನು ಬೋನಿನಲ್ಲಿ ನಿಲ್ಲಿಸುವ ಬದಲಿಗೆ, ಗೌರಿಯ

ಅರ್ಜಿಯ ಸಿಂಧುತ್ವವನ್ನೇ ಪ್ರಶ್ನಿಸಿದರು. ರವಿ ಕೋರ್ಟ್ ಹಾಲ್ ನ ಮೂಲೆಯಲ್ಲಿ ನಿಂತಿದ್ದ. ಅವನ ಕಣ್ಣುಗಳು ಗೌರಿಯನ್ನು ನೋಡಲು ನಿರಾಕರಿಸುತ್ತಿದ್ದವು. ಅವನ ಮುಖದಲ್ಲಿ ಶ್ರೀಮಂತಿಕೆಯ ದರ್ಪವಿದ್ದರೂ, ಕಣ್ಣುಗಳಲ್ಲಿ ಎಲ್ಲೋ ಒಂದು ಕಡೆ ಅಪರಾಧಿ ಪ್ರಜ್ಞೆಯ ನೆರಳಿತ್ತು.

"ಯುವರ್ ಆನರ್, ಈ ಅರ್ಜಿ ದುರುದ್ದೇಶಪೂರಿತವಾಗಿದೆ. ಅರ್ಜಿದಾರರಿಗೂ ನನ್ನ ಕಕ್ಷಿದಾರರಿಗೂ ಯಾವುದೇ ಕಾನೂನುಬದ್ಧ ಸಂಬಂಧವಿಲ್ಲ. ಕೇವಲ ಹಣ ಕೀಳುವ ತಂತ್ರವಿದು. ಸಮಾಜದಲ್ಲಿ ಪ್ರತಿಷ್ಠಿತ ವ್ಯಕ್ತಿಯಾಗಿರುವ ನನ್ನ ಕಕ್ಷಿದಾರರ ಹೆಸರನ್ನು ಹಾಳು ಮಾಡಲು ಮಾಡಿರುವ ಸಂಚು ಇದು," ದೇಸಾಯಿ ನಿರ್ಭಾವುಕವಾಗಿ ಹೇಳಿದರು. ಅವರ ಮಾತುಗಳು ಹರಿತವಾದ ಕತ್ತಿಯಂತೆ ಗೌರಿಯ ಎದೆಯನ್ನು ಸೀಳಿದವು.

ಗೌರಿಯ ವಕೀಲ ನಾರಾಯಣ ರಾವ್ ಎದ್ದು ನಿಂತರು. ಅವರು ಕಾನೂನು ಪುಸ್ತಕವೊಂದನ್ನು ತೆರೆದು ನ್ಯಾಯಾಧೀಶರ ಗಮನ ಸೆಳೆದರು. "ಯುವರ್ ಆನರ್, ಸೆಕ್ಷನ್ ೧೧೨ ರ ಅಡಿಯಲ್ಲಿ ಪಿತೃತ್ವವನ್ನು ಸಾಬೀತುಪಡಿಸಲು ವೈಜ್ಞಾನಿಕ ಸಾಕ್ಷ್ಯಗಳಿಗೆ ಮನ್ನಣೆ ಇದೆ. ಅರ್ಜಿದಾರರು ಎಂಟು ತಿಂಗಳ ಗರ್ಭಿಣಿ. ಈ ಪ್ರಕರಣದಲ್ಲಿ ತಾಯಿಯ ಚಾರಿತ್ರ್ಯಕ್ಕಿಂತ ಹೆಚ್ಚಾಗಿ ಮಗುವಿನ ನೈಸರ್ಗಿಕ ಹಕ್ಕು ಮುಖ್ಯವಾಗುತ್ತದೆ."

"ಸಾಕ್ಷಿ ಇದೆಯಾ?" ದೇಸಾಯಿ ವ್ಯಂಗ್ಯವಾಗಿ ಕೇಳಿದರು. "ಕೇವಲ ಊಹೆಗಳ ಮೇಲೆ ಪಿತೃತ್ವವನ್ನು ಪ್ರಶ್ನಿಸಲಾಗದು."

ನಾರಾಯಣ ರಾವ್ ಗೌರಿಯ ಕಡೆ ನೋಡಿದರು. ಗೌರಿ ನಿಧಾನವಾಗಿ ಎದ್ದು ನಿಂತಳು. ಅವಳ ಕಾಲುಗಳು ಭಾರವಾಗಿದ್ದವು, ಆದರೆ ಮನಸ್ಸು ಹಗುರವಾಗಿತ್ತು. ಅವಳು ನ್ಯಾಯಾಧೀಶರ ಕಡೆ ನೋಡಿದಳು. "ಸ್ವಾಮಿ, ಡಿಎನ್‌ಎ ಟೆಸ್ಟ್ ಗೆ ನಾನು ತಯಾರು. ಅವರು ತಯಾರಿದ್ದಾರಾ ಅಂತ ಕೇಳಿ." ಅವಳ ಧ್ವನಿ ಸಣ್ಣದಿದ್ದರೂ ಇಡೀ ಕೊಠಡಿಯಲ್ಲಿ ಸ್ಪಷ್ಟವಾಗಿ ಕೇಳಿಸಿತು.

ದೇಸಾಯಿ ಆಕ್ಷೇಪಿಸಲು ಮುಂದಾದರು. "ಸ್ವಾಮಿ, ರಕ್ತ ಪರೀಕ್ಷೆ ಮಾಡಿಸುವುದಕ್ಕೂ ಒಂದು ಪ್ರೈಮಾ ಫೇಸಿ (ಠಿಡಿಟಣಚಿ ಜಿಚಿಛಿಟಿಜ) ಕೇಸ್ ಇರಬೇಕು."

ಗೌರಿಯ ದೃಷ್ಟಿ ರವಿಯ ಮೇಲಿತ್ತು. ಅವನಿಗೆ ಅವಳ ಕಣ್ಣಲ್ಲಿನ ಛಲ ಮತ್ತು ಸತ್ಯ ಅರ್ಥವಾಗುತ್ತಿತ್ತು. ಅವನು ತನ್ನ ತಂದೆಯತ್ತ, ನಂತರ ನೆಲದತ್ತ ನೋಡತೊಡಗಿದ. ಅವಳ ಆ ಮೌನವೇ ಸಾವಿರ ಸಾಕ್ಷ್ಯಗಳನ್ನು ನೀಡುವಂತಿತ್ತು.

ನ್ಯಾಯಾಧೀಶರು ಕೆಲಕಾಲ ವಿಚಾರಣೆಯನ್ನು ಆಲಿಸಿ, ಫೈಲ್ ಮೇಲೆ ಕಣ್ಣಾಡಿಸಿದರು. "ಈ ಪ್ರಕರಣದಲ್ಲಿ ಮಗುವಿನ ಹಿತಾಸಕ್ತಿಯೇ ಮುಖ್ಯ. ಮಗುವಿನ ಪಿತೃತ್ವ ನಿರ್ಧಾರವಾಗುವವರೆಗೆ ಈ ಕೇಸ್ ಮುಂದುವರಿಯಲಿದೆ. ಮಗು ಹುಟ್ಟಿದ ನಂತರ ಡಿಎನ್‌ಎ ಪರೀಕ್ಷೆಗೆ ಒಳಪಡಿಸಲು ಆದೇಶಿಸುತ್ತಿದ್ದೇನೆ."

ರವಿಯ ವಕೀಲರು ಏನೋ ಆಕ್ಷೇಪಿಸಲು ಬಂದರು. ಆದರೆ ನ್ಯಾಯಾಧೀಶರು ಕೈ ಎತ್ತಿ ತಡೆದರು. "ನೆಕ್ಸ್ಟ್ ಕೇಸ್," ಎಂದು ಕರೆದರು.

ಗೌರಿ ನಿಟ್ಟುಸಿರು ಬಿಟ್ಟಳು. ಇದು ಗೆಲುವಲ್ಲ, ಕೇವಲ ಒಂದು ಹೆಜ್ಜೆ. ಅಷ್ಟೇ ಸಾಕು ಸದ್ಯಕ್ಕೆ. ರವಿ ಅವಳನ್ನು ನೋಡದೆಯೇ ಹೊರನಡೆದ. ಅವನ ನಡಿಗೆಯಲ್ಲಿ ಆತುರವಿತ್ತು, ಪಲಾಯನದ ಆತುರ. ತಾನು ಸೋತಿದ್ದೇನೆ ಎಂಬ ಭಾವ ಅವನ ಭುಜಗಳನ್ನು ಕುಗ್ಗಿಸಿತ್ತು.

ಆದರೆ ಅವಳಿಗೆ ತಿಳಿದಿರಲಿಲ್ಲ, ವಿಜ್ಞಾನದ ವರದಿ ಬರುವವರೆಗೆ ಅವಳು ಪಡಬೇಕಾದ ಪಾಡು ಎಷ್ಟಿದೆ ಎಂದು. ಬಸವಲಿಂಗಪ್ಪ ಸುಮ್ಮನೆ ಕೂರುವ ಜಾಯಮಾನದವರಲ್ಲ. ಅವರು ಹಣದ ಹೊಳೆ ಹರಿಸಲು ಸಿದ್ಧರಾಗಿದ್ದರು. ಕಟಕಟೆಯಿಂದ ಹೊರಬಂದ ಗೌರಿ, ಆಕಾಶದತ್ತ ನೋಡಿದಳು. ಮೋಡಗಳು ಕರಗುತ್ತಿದ್ದವು. ಅವಳ ಯುದ್ಧ ಈಗಷ್ಟೇ ಆರಂಭವಾಗಿತ್ತು.

ನ್ಯಾಯಾಲಯದಿಂದ ಆಶ್ರಮಕ್ಕೆ ಹಿಂದಿರುಗಿದ ದಿನ ರಾತ್ರಿ ಗೌರಿಗೆ ನಿದ್ರೆ ಬರಲಿಲ್ಲ. ಹಗಲಿನಲ್ಲಿ ನ್ಯಾಯಾಧೀಶರು ನೀಡಿದ ತೀರ್ಪು ಅವಳ ಕಿವಿಯಲ್ಲಿ ಗುಂಯ್ ಗುಡುತ್ತಲೇ ಇತ್ತು. ಕರಗುತ್ತಿದ್ದ ಮೋಡಗಳ ನಡುವೆಯೂ ಎಲ್ಲೋ ಒಂದು ಕಡೆ ಬಿರುಗಾಳಿಯ ಮುನ್ಸೂಚನೆ ಅವಳ ತಾಯ್ಮನಸ್ಸಿಗೆ ತಟ್ಟುತ್ತಿತ್ತು. 'ಡಿಎ**ನ್**ಎ ಪರೀಕ್ಷೆ' ಎಂಬ ವೈಜ್ಞಾನಿಕ ಅಸ್ತ್ರ, ಸಮಾಜದ ಕುರುಡು ನಂಬಿಕೆಗಳು ಮತ್ತು ಶ್ರೀಮಂತರ ಹಣಬಲವನ್ನು ಸೀಳಿ ಸತ್ಯವನ್ನು ಹೊರತರುವ ದಿನ

ದೂರವಿಲ್ಲ ಎಂಬ ವಿಶ್ವಾಸ ಅವಳಲ್ಲಿ ಮೂಡಿತ್ತಾದರೂ, ಅಲ್ಲಿಯವರೆಗಿನ ದಾರಿ ಕಗ್ಗಲ್ಲಿನಿಂದ ಕೂಡಿದೆ ಎಂಬುದು ಅವಳಿಗೆ ಸ್ಪಷ್ಟವಾಗಿತ್ತು.

ಗರ್ಭದೊಳಗಿನ ಜೀವ ಒದೆಯುತ್ತಿದೆ. ಇದು ಬರೀ ಒಡಲ ಭಾರವಲ್ಲ, ಒಂದು ಸತ್ಯದ ಭಾರ. ನಾಳೆ ಕೋರ್ಟಿನಲ್ಲಿ ಗೆದ್ದರೂ, ಈ ಸಮಾಜ ನನ್ನನ್ನು ಒಪ್ಪುತ್ತದಾ? ರವಿಯ ಅಪ್ಪ ಸುಮ್ಮನೆ ಕೂರುತ್ತಾರಾ? ಅವರ ದುಡ್ಡಿನ ಮದಕ್ಕೆ ನನ್ನ ಕೂಸನ್ನು ಬಲಿ ಕೊಡುತ್ತಾರಾ? ಇಲ್ಲ, ನಾನು ಬದುಕಬೇಕು. ನನ್ನ ಕೂಸಿಗಾಗಿ ನೂರು ಜನ್ಮವಾದರು ಎತ್ತಿ ಬರಬೇಕು.

ಮಾರನೇ ದಿನ ಬೆಳಿಗ್ಗೆ, ಗೋಶಾಲೆಯಲ್ಲಿ ಕರುಗಳ ಮೈದಡವುತ್ತಿದ್ದ ಗೌರಿಯ ಬಳಿ ವೇದಮೂರ್ತಿಗಳು ಬಂದರು. ಅವರ ಮುಖದಲ್ಲಿ ಎಂದಿನಂತೆ ಅದೇ ಪ್ರಶಾಂತತೆ ಇತ್ತಾದರೂ, ಕಣ್ಣುಗಳಲ್ಲಿ ಒಂದು ಎಚ್ಚರಿಕೆಯ ಹೊಳಪಿತ್ತು.

"ನೋಡು ಮಗಳೇ," ಅವರು ಮೃದುವಾಗಿ ನುಡಿದರು, "ಯುದ್ಧ ಈಗಷ್ಟೇ ಶುರುವಾಗಿದೆ. ಸತ್ಯದ ದಾರಿ ಯಾವತ್ತೂ ಹೂವಿನ ಹಾಸಿಗೆಯಲ್ಲ. ನೀನು ಮಗುವಿಗೆ ಜನ್ಮ ನೀಡುವವರೆಗೆ, ನಿನ್ನ ಪ್ರತಿ ಹೆಜ್ಜೆಯೂ ಎಚ್ಚರದಿಂದಿರಬೇಕು. ಹಾವಿನ ಬಾಲ ತುಳಿದ ಮೇಲೆ, ಅದು ಸುಮ್ಮನೆ ಮಲಗುವುದಿಲ್ಲ. ಅದರ ಹೆಡೆ ನಿನ್ನತ್ತಲೇ ಇರುತ್ತದೆ."

ಗೌರಿಗೆ ಗುರೂಜಿಯವರ ಮಾತಿನ ಆಳ ಅರ್ಥವಾಯಿತು. ಬಸವಲಿಂಗಪ್ಪನವರ ಅಹಂಕಾರ ಮತ್ತು ರವಿಯ ಹೇಡಿತನ ಈಗ ಅವಳ ಪಾಲಿಗೆ ಅಪಾಯಕಾರಿಯಾಗಿ ಪರಿಣಮಿಸಬಹುದಿತ್ತು.

"ಸ್ವಾಮಿ, ಈ ದೇಹದಲ್ಲಿ ಉಸಿರಿರುವವರೆಗೆ ನಾನು ಹೋರಾಡುತ್ತೇನೆ. ನನ್ನ ಮನಸ್ಸು ಬದಲಾಗಿದೆ. ಇನ್ನು ಮಗುವಿಗೆ ಯಾರ ಹೆಸರೂ ಬೇಡ, ಆದರೆ ಅದು ಪಾಪದ ಕೂಸು ಎಂಬ ಪಟ್ಟ ಕಟ್ಟಿಕೊಂಡು ಬೆಳೆಯಬಾರದು. ಅದೊಂದೇ ನನ್ನ ಹಠ."

ಇತ್ತ, ಬಸವಲಿಂಗಪ್ಪನವರ ಮನೆಯಲ್ಲಿ ನೆಮ್ಮದಿ ಕಮರಿಹೋಗಿತ್ತು. ಕೋರ್ಟಿನ ಆದೇಶ ಅವರ ಪ್ರತಿಷ್ಠೆಯ ಅಡಿಪಾಯವನ್ನೇ ಅಲುಗಾಡಿಸಿತ್ತು. ನ್ಯಾಯಾಲಯದಲ್ಲಿ ಆ ಬಡ ಹುಡುಗಿ, ಯಾವ ಅಳುಕಿಲ್ಲದೆ ಡಿಎನ್‌ಎ ಪರೀಕ್ಷೆಗೆ ಒಪ್ಪಿಕೊಂಡದ್ದು ಅವರ ನಿದ್ದೆ ಗೆಡಿಸಿತ್ತು. ರಾತ್ರಿ ಊಟದ ತಟ್ಟೆಯ ಮುಂದೆ ಕುಳಿತಿದ್ದ ಬಸವಲಿಂಗಪ್ಪ, ಅನ್ನದ ಅಗುಳನ್ನು ಬಾಯಿಗಿಡದೆ ಹಾಗೇ ಎದ್ದು ಹೋದರು.

ಮನೆಯ ಚಾವಡಿಯಲ್ಲಿ ನಿಂತಿದ್ದ ರವಿ, ತಂದೆಯ ಮುಖ ನೋಡಲು ಹೆದರುತ್ತಿದ್ದ. ಅವನ ಮನಸ್ಸಿನಲ್ಲಿ ಅಪರಾಧಿ ಪ್ರಜ್ಞೆ ಮತ್ತು ಅಪ್ಪನ ಭಯ ಎರಡೂ ಕಾದಾಡುತ್ತಿದ್ದವು. "ಅಪ್ಪಾ..." ಅವನು ಮೆಲ್ಲನೆ ಕರೆಯಲು ಮುಂದಾದ.

"ಸುಮ್ನಿರೋ!" ಬಸವಲಿಂಗಪ್ಪನವರ ಧ್ವನಿ ಸಿಡಿಲಿನಂತೆ ಗುಡುಗಿತು. "ನಿನ್ನಂಥ ಹೇಡಿನಾ ಪಡೆದದ್ದಕ್ಕೆ ಅನುಭವಿಸ್ತಿದೀನಿ. ಒಂದು ಹೆಣ್ಣಿನ ವಿಚಾರದಲ್ಲಿ ತಪ್ಪು ಮಾಡಿದೆ, ಅದು ನಿನ್ನ ವಯಸ್ಸಿನ ದೋಷ ಅಂತ ಸುಮ್ಮನಾದೆ. ಆದ್ರೆ ಈಗ ನೋಡು, ಆ ಭಿಕಾರಿ ಹುಡುಗಿ ನಮ್ಮ ಮನೆತನದ ಮಾನ ಹರಾಜು ಹಾಕೋಕೆ ಕೋರ್ಟಿನ

ಮೆಟ್ಟಿಲು ಏರಿದ್ದಾಳೆ. ಊರವರ ಮುಂದೆ ನನ್ನ ತಲೆ ತಗ್ಗಿಸುವಂತೆ ಮಾಡಿದ್ದೀಯಲ್ಲೋ ಪಾಪಿ!"

ರವಿಯ ಬಾಯಿಂದ ಮಾತು ಹೊರಡಲಿಲ್ಲ. ಅವನಿಗೆ ಗೌರಿಯ ನೆನಪಾಯಿತು. ಅವಳ ಮುಗ್ಧ ಮುಖ, ಅವಳು ತನ್ನ ಮೇಲೆ ಇಟ್ಟಿದ್ದ ನಂಬಿಕೆ, ಆ ನಂಬಿಕೆಯನ್ನು ತಾನು ಕಾಲಡಿಯಲ್ಲಿ ಹೊಸಕಿ ಹಾಕಿದ್ದು... ಎಲ್ಲವೂ ಅವನ ಕಣ್ಣ ಮುಂದೆ ಹಾದು ಹೋದವು. ತಾನು ಹೋಂಗಾರ್ಡ್ ಆಗಬೇಕೆಂಬ ಕನಸಿಗೆ ಅವಳು ನೀಡಿದ ಬೆಂಬಲ ನೆನಪಾಯಿತು. ಆ ಕ್ಷಣದಲ್ಲಿ ಅವನಿಗೆ ತಾನು ಮಾಡಿದ ಪಾಪದ ಅರಿವು ಮೂಡಿತು, ಆದರೆ ಅದನ್ನು ಒಪ್ಪಿಕೊಳ್ಳುವ ಧೈರ್ಯ ಅವನಲ್ಲಿರಲಿಲ್ಲ. 'ನಾನು ಹೀಗೆ ಮಾಡಬಾರದಿತ್ತು' ಎಂದು ಅವನ ಅಂತರಾತ್ಮ ಚುಚ್ಚುತ್ತಿತ್ತು. ಆದರೆ, 'ಅಪ್ಪನ ಕೋಪಕ್ಕೆ ತುತ್ತಾದರೆ ನನ್ನ ಗತಿ ಏನು?' ಎಂಬ ಭಯ ಆ ಪಶ್ಚಾತ್ತಾಪವನ್ನು ಮೂಲೆಗುಂಪು ಮಾಡಿತ್ತು.

ಬಸವಲಿಂಗಪ್ಪನವರ ತಲೆಯಲ್ಲಿ ಬೇರೆಯದೇ ಲೆಕ್ಕಾಚಾರ ನಡೆಯುತ್ತಿತ್ತು. ಡಿಎನ್ಎ ಪರೀಕ್ಷೆ ಎಂಬುದು ವಿಜ್ಞಾನ, ಅಲ್ಲಿ ದುಡ್ಡು ಕೆಲಸ ಮಾಡುವುದಿಲ್ಲ ಎಂಬ ಕಟು ಸತ್ಯ ಅವರಿಗೆ ತಿಳಿದಿತ್ತು. "ಈ ಟೆಸ್ಟ್ ನಡೆಯಬಾರದು," ಅವರು ಹಾಲಿನೊಳಗೆ ವಿಷ ಬೆರೆಸುವಂತೆ ಮೆಲುದನಿಯಲ್ಲಿ ಗೊಣಗಿದರು. "ಅದಕ್ಕೆ ಒಂದೇ ದಾರಿ. ಆ ಗೌರಿ ಊರು ಬಿಟ್ಟು ಹೋಗಬೇಕು, ಅಥವಾ ಆ ಮಗು ಹುಟ್ಟಬಾರದು." ಅವರ ಕಣ್ಣುಗಳಲ್ಲಿ ಕ್ರೂರವಾದ ನಿರ್ಧಾರವೊಂದು ಮೂಡಿತ್ತು.

ಮಾರನೇ ದಿನ ಸಂಜೆ. ಮಳೆಗಾಲದ ಮುನ್ಸೂಚನೆಯಂತೆ ವಾತಾವರಣ ತಂಪಾಗಿತ್ತು. ಆಶ್ರಮದ ಆವರಣದಲ್ಲಿ ಗೌರಿ ಹೂವಿನ ಗಿಡಗಳಿಗೆ ನೀರು ಹಾಕುತ್ತಿದ್ದಳು. ಅವಳ ಹೊಟ್ಟೆ ಈಗ ಸಾಕಷ್ಟು ದೊಡ್ಡದಾಗಿತ್ತು. ಪ್ರತೀ ಹೆಜ್ಜೆಗೂ ಸ್ವಲ್ಪ ಆಯಾಸವಾಗುತ್ತಿತ್ತು. ಕತ್ತಲು ನಿಧಾನವಾಗಿ ಆವರಿಸುತ್ತಿತ್ತು. ಗುರೂಜಿಗಳು ಸಂಜೆಯ ಪೂಜೆಯಲ್ಲಿ ಮಗ್ನರಾಗಿದ್ದರು.

ಆಗ ಒಂದು ಹಳೆಯ ಜೀಪ್ ಆಶ್ರಮದ ಗೇಟ್ ಬಳಿ ಬಂದು ನಿಂತಿತು. ಅದರಿಂದ ಇಳಿದಿದ್ದು ಬಸವಲಿಂಗಪ್ಪನವರ ಬಲಗೈ ಬಂಟ, ತಿಮ್ಮ. ಅವನು ಊರಿನಲ್ಲೇ ಅತಿ ಕ್ರೂರಿ ಹಾಗೂ ಹಣಕ್ಕಾಗಿ ಏನನ್ನಾದರೂ ಮಾಡುವವನು. ಅವನು ನೇರವಾಗಿ ಗೌರಿಯ ಹತ್ತಿರ ಬಂದ. ಅವನ ಕೈಯಲ್ಲಿ ಒಂದು ಕಪ್ಪು ಬಣ್ಣದ ಚೀಲವಿತ್ತು.

"ಗೌರಿ, ನಿನ್ನ ಹತ್ರ ಸ್ವಲ್ಪ ಮಾತಾಡ್ಬೇಕು," ತಿಮ್ಮನ ದನಿಯಲ್ಲಿ ನಯವಾದ ಬೆದರಿಕೆ ಇತ್ತು.

ಗೌರಿ ಹಿಂದೆ ಸರಿದಳು. ಅವಳ ಮುಖದಲ್ಲಿ ಭಯದ ಛಾಯೆ ಮೂಡಿದರೂ, ಅದನ್ನು ಮರೆಮಾಚಲು ಪ್ರಯತ್ನಿಸಿದಳು. "ನನಗೇನೂ ಮಾತಾಡೋಕ್ಕಿಲ್ಲ. ಏನ್ ಮಾತಾಡೋದಿದ್ರೂ ನಮ್ಮ ವಕೀಲರ ಹತ್ರ ಮಾತಾಡಿ, ಇಲ್ಲ ಕೋರ್ಟ್ ನಲ್ಲೇ ನೋಡ್ಕೊಳ್ಳಿ."

ತಿಮ್ಮ ವಿಕಾರವಾಗಿ ನಗುತ್ತಾ ಆ ಕಪ್ಪು ಚೀಲವನ್ನು ಅವಳ ಮುಂದಿಟ್ಟ. "ನೋಡಮ್ಮ, ಕೋರ್ಟು, ಕಚೇರಿ, ವಕೀಲರು ಅಂತ ಅಲೆದ್ರೆ ನಿನಗೇನು ಸಿಗಲ್ಲ. ಸುಮ್ಮನೆ ವಯಸ್ಸು ಹಾಳಾಗುತ್ತೆ ಅಷ್ಟೇ. ಸಾಹುಕಾರ್ರು ದೊಡ್ಡ ಮನಸ್ಸು ಮಾಡಿದ್ದಾರೆ. ಈ ಬ್ಯಾಗ್ ನಲ್ಲಿ

ಐದು ಲಕ್ಷ ರೂಪಾಯಿ ಇದೆ. ಇದನ್ನ ತಗೊಂಡು, ಈ ಊರು ಬಿಟ್ಟು, ರಾಜ್ಯ ಬಿಟ್ಟು ಎಲ್ಲಾದ್ರೂ ದೂರ ಹೋಗು. ಮಗುನ ಬೇಕಿದ್ರೆ ಅಲ್ಲೇ ಬೆಳ್ಸು, ಯಾರ್ ಬೇಡ ಅಂದ್ರು? ಆದ್ರೆ ಡಿಎನ್ಎ ಟೆಸ್ಟ್, ಪಿತೃತ್ವ ಅಂತ ಹಠ ಹಿಡಿಬೇಡ."

ಐದು ಲಕ್ಷ! ಗೌರಿಯ ಕಣ್ಣುಗಳು ಒಂದು ಕ್ಷಣ ಆ ಚೀಲದ ಮೇಲೆ ಬಿದ್ದವು. ಅವಳು ತನ್ನ ಇಡೀ ಜೀವನದಲ್ಲಿ ಐದು ಸಾವಿರವನ್ನೇ ಒಟ್ಟಿಗೆ ಕಂಡವಳಲ್ಲ. ಆ ಹಣದಿಂದ ಅವಳ ಬಡತನ ನೀಗಬಹುದು, ತಾಯಿ-ತಮ್ಮನ ಕಷ್ಟ ಕರಗಬಹುದು. ತನ್ನ ಮಗುವನ್ನು ಯಾರಿಗೂ ಕಮ್ಮಿ ಇಲ್ಲದಂತೆ ಬೆಳೆಸಬಹುದು. ಆದರೆ... ಆ ಹಣವನ್ನು ಸ್ವೀಕರಿಸಿದರೆ, ತಾನು ತನ್ನ ಮಗುವಿನ ಹಕ್ಕನ್ನು ಮಾರಿಕೊಂಡಂತೆ ಅಲ್ಲವೇ? ತನ್ನ ಶೀಲದ ಬಗ್ಗೆ ಎದ್ದ ಅಪವಾದವನ್ನು ನಿಜ ಎಂದು ಒಪ್ಪಿಕೊಂಡಂತೆ ಅಲ್ಲವೇ? ತಾನು ಕೇವಲ ದುಡ್ಡಿಗಾಗಿ ಈ ನಾಟಕ ಆಡಿದ್ದೆ ಎಂದು ಇಡೀ ಜಗತ್ತು ಅಂದುಕೊಳ್ಳುವುದಿಲ್ಲವೇ?

ಅವಳ ಅಂತರಾತ್ಮ ಬಂಡಾಯವೆದ್ದಿತು. ಹಣದ ಆಸೆಯೆಂಬುದು ಅವಳ ಸ್ವಾಭಿಮಾನದ ಬೆಂಕಿಯ ಮುಂದೆ ಕರಗಿಹೋಯಿತು. ಗೌರಿ ಆ ಚೀಲವನ್ನು ಕಂಗಳಿಂದಲೇ ತಿರಸ್ಕರಿಸಿದಳು.

"ತಿಮ್ಮಣ್ಣ," ಅವಳ ಧ್ವನಿಯಲ್ಲಿ ರೌದ್ರಾವತಾರದ ಕಾಳಿಯ ಪ್ರತಿರೂಪವಿತ್ತು. "ನಿಮ್ಮ ಸಾಹುಕಾರ್ರಿಗೆ ಹೋಗಿ ಹೇಳಿ. ಗೌರಿ ಬಡವಿ ಇರಬಹುದು, ಕೂಲಿ ಮಾಡಿ ಹೊಟ್ಟೆ ಹೊರೆಯುವವಳಿರಬಹುದು, ಆದ್ರೆ ಭಿಕಾರಿ ಅಲ್ಲ. ತನ್ನ ಮಗುವಿನ

ಅಪ್ಪನ ಹೆಸರನ್ನು ನಿಮ್ಮ ಪಾಪದ ಕಾಸಿಗೆ ಮಾರಿಕೊಳ್ಳುವ ನೀಚಳಲ್ಲ. ನನ್ನ ಮಗುವಿನ ಅಪ್ಪ ಯಾರು ಅಂತ ಈ ಜಗತ್ತಿಗೆ ಗೊತ್ತಾಗಬೇಕು. ಅದಕ್ಕೆ ಬೆಲೆ ಕಟ್ಟೋಕೆ ನಿಮ್ಮ ಸಾಹುಕಾರ್ರ ಇಡೀ ಆಸ್ತಿಯೂ ಸಾಲಲ್ಲ."

ತಿಮ್ಮನ ಮುಖ ಕಪ್ಪಿಟ್ಟಿತು. ಅವಳ ಈ ರೋಷವನ್ನು ಅವನು ನಿರೀಕ್ಷಿಸಿರಲಿಲ್ಲ. ಅವನು ಹಲ್ಲು ಮಸೆಯುತ್ತಾ ಅವಳ ಸಮೀಪ ಬಂದ. "ಹುಷಾರ್ ಗೌರಿ, ನಾಲಿಗೆ ಬಿಗಿ ಹಿಡಿದು ಮಾತಾಡು. ಮಗು ಹುಟ್ಟಿದ ಮೇಲೆ ತಾನೇ ಟೆಸ್ಟ್ ಮಾಡಿಸೋದು? ಆ ಮಗು ಹುಟ್ಟೋದೇ ಇಲ್ಲ ಅಂದ್ರೆ? ನಿನ್ನ ಈ ಹಠಕ್ಕೆ ನಿನ್ನ ಜೀವ, ನಿನ್ನ ಹೊಟ್ಟೇಲಿರೋ ಜೀವ ಎರಡೂ ಬಲಿಯಾಗಬೇಕಾದೀತು," ಎಂದು ಎಚ್ಚರಿಸಿ, ಚೀಲವನ್ನು ಎತ್ತಿಕೊಂಡು ಹೊರಟು ಹೋದ.

ಅವನು ಹೋದ ನಂತರ ಗೌರಿ ಬೆಚ್ಚಿಬಿದ್ದಳು. ತನ್ನ ಹೊಟ್ಟೆಯನ್ನು ಎರಡು ಕೈಗಳಿಂದ ಗಟ್ಟಿಯಾಗಿ ಅಪ್ಪಿಕೊಂಡಳು. ಅವಳ ಕಾಲುಗಳು ನಡುಗುತ್ತಿದ್ದವು. ಅವಳ ಒಳಗಿನ ತಾಯಿ ಎಚ್ಚೆತ್ತುಕೊಂಡಿದ್ದಳು. 'ನನ್ನ ಮಗುವಿಗೆ ಅಪಾಯವಿದೆ. ಈ ಕ್ರೂರ ಜಗತ್ತಿನಿಂದ ನಾನು ನನ್ನ ಮಗುವನ್ನು ಹೇಗೆ ಕಾಪಾಡಲಿ?' ಆ ರಾತ್ರಿ ಅವಳಿಗೆ ನಿದ್ರೆ ಬರಲಿಲ್ಲ. ಪ್ರತಿ ಕ್ಷಣವೂ, ಕತ್ತಲಿನ ಮೂಲೆಯಿಂದ ಯಾರೋ ಬಂದು ತನ್ನ ಮಗುವನ್ನು ಕಸಿದುಕೊಳ್ಳುತ್ತಾರೆಂಬ ಭಯ ಅವಳನ್ನು ಕಾಡಿತು. ಗಾಳಿಯ ಸದ್ದಿಗೂ ಅವಳು ಬೆಚ್ಚಿ ಬೀಳುತ್ತಿದ್ದಳು.

ಮಾರನೇ ದಿನ ಬೆಳಿಗ್ಗೆ ಗೌರಿ, ವೇದಮೂರ್ತಿಗಳಿಗೆ ವಿಷಯವನ್ನು ತಿಳಿಸಿದಳು. ಗುರೂಜಿಯವರ ಮುಖ

ಗಂಭೀರವಾಯಿತು. "ದುಡ್ಡಿನ ಮದ ಮನುಷ್ಯನನ್ನು ರಾಕ್ಷಸನನ್ನಾಗಿ ಮಾಡುತ್ತದೆ. ಅವರು ಈಗ ಯಾವ ಮಟ್ಟಕ್ಕಾದರೂ ಇಳಿಯಬಹುದು. ಇನ್ನು ಮುಂದೆ ನೀನು ಆಶ್ರಮದ ಆವರಣ ಬಿಟ್ಟು ಹೊರಬರಬೇಡ," ಎಂದರು. ಅವರು ಆಶ್ರಮದ ಸುತ್ತಲೂ ರಾತ್ರಿಯ ಹೊತ್ತು ಕಾವಲಿಗೆ ಇಬ್ಬರು ಯುವಕರನ್ನು ನೇಮಿಸಿದರು. ದೇವಸ್ಥಾನದ ಭಕ್ತರು ಸಹ ಗೌರಿಯ ರಕ್ಷಣೆಗೆ ನಿಂತರು. ಆಶ್ರಮವು ಈಗ ಕೇವಲ ಭಕ್ತಿಯ ತಾಣವಾಗಿರದೆ, ಒಂದು ಜೀವದ ರಕ್ಷಣೆಯ ಕೋಟೆಯಾಗಿ ಬದಲಾಗಿತ್ತು.

ದಿನಗಳು ಉರುಳಿದವು. ಗೌರಿಯ ಗರ್ಭದ ದಿನಗಳು ತುಂಬುತ್ತಾ ಬಂದವು. ಆತಂಕ ಮತ್ತು ನಿರೀಕ್ಷೆ ಎರಡೂ ಅವಳ ಮನಸ್ಸಿನಲ್ಲಿ ಕವಿದಿದ್ದವು. ರವಿಯ ನೆನಪು ಅವಳನ್ನು ಆಗಾಗ ಕಾಡುತ್ತಿದ್ದರೂ, ಅದರಲ್ಲಿ ಈಗ ಪ್ರೀತಿಗಿಂತ ಹೆಚ್ಚಾಗಿ ಜಿಗುಪ್ಸೆ ಇತ್ತು. ತನ್ನ ಮಗುವಿಗೆ ಜನ್ಮ ನೀಡುವ ಆ ಅಮೃತಗಳಿಗೆಗಾಗಿ ಅವಳು ಕಾಯುತ್ತಿದ್ದಳು.

ಒಂದು ದಿನ ಮಧ್ಯರಾತ್ರಿ. ಹೊರಗೆ ಧಾರಾಕಾರ ಮಳೆ ಸುರಿಯಲಾರಂಭಿಸಿತ್ತು. ಆಕಾಶವು ತನ್ನೆಲ್ಲ ಕೋಪವನ್ನು ಭೂಮಿಯ ಮೇಲೆ ಸುರಿಯುತ್ತಿರುವಂತೆ ಭಾಸವಾಗುತ್ತಿತ್ತು. ಗುಡುಗು ಮಿಂಚುಗಳ ಆರ್ಭಟ ಆಶ್ರಮದ ಗೋಡೆಗಳನ್ನು ನಡುಗಿಸುತ್ತಿತ್ತು. ಆ ಪ್ರಕೃತಿಯ ಆರ್ಭಟದ ನಡುವೆ, ಗೌರಿಗೆ ಹೆರಿಗೆ ನೋವು ಕಾಣಿಸಿಕೊಂಡಿತು.

ಆ ನೋವು ಅವಳ ಇಡೀ ದೇಹವನ್ನು ಆವರಿಸಿತು. "ಅಮ್ಮಾ..." ಎಂದು ಅವಳು ನೋವಿನಿಂದ ಕಿರುಚಿದಳು. ಆಶ್ರಮದ ಹೆಂಗಸರು

ಓಡಿ ಬಂದರು. ತಕ್ಷಣ ಅವಳನ್ನು ಪಕ್ಕದ ಹಳ್ಳಿಯ ಸರಕಾರಿ ಆಸ್ಪತ್ರೆಗೆ ಸೇರಿಸಲಾಯಿತು.

ಹೊರಗೆ ಸುರಿಯುತ್ತಿದ್ದ ಮಳೆಯ ಸದ್ದು, ಆಸ್ಪತ್ರೆಯ ವಾರ್ಡ್‌ನೊಳಗೆ ಗೌರಿಯ ನರಳಾಟದ ದನಿಯೊಂದಿಗೆ ಬೆರೆತುಹೋಗಿತ್ತು. ಇದು ಕೇವಲ ಒಂದು ಮಗುವಿನ ಜನನವಾಗಿರಲಿಲ್ಲ; ಇದು ಒಂದು ಹೊಸ ಭರವಸೆಯ, ಒಂದು ಹೊಸ ಹೋರಾಟದ, ಸತ್ಯದ ಪ್ರತಿರೂಪದ ಜನನವಾಗಿತ್ತು. ರಾತ್ರಿಯಿಡೀ ನರಳಿ, ಸಾವಿನ ಅಂಚಿಗೆ ಹೋಗಿ ಬಂದ ಗೌರಿ, ಬೆಳಗಿನ ಜಾವ ಒಂದು ಮುದ್ದಾದ ಹೆಣ್ಣು ಮಗುವಿಗೆ ಜನ್ಮ ನೀಡಿದಳು.

ಮಗುವಿನ ಅಳು ಆಸ್ಪತ್ರೆಯ ಕೋಣೆಯಲ್ಲಿ ಮೊಳಗಿದಾಗ, ಗೌರಿಯ ಕಣ್ಣುಗಳಿಂದ ಆನಂದಭಾಷ್ಪ ಸುರಿಯಿತು. ಅವಳ ದೇಹದ ನೋವೆಲ್ಲಾ ಆ ಪುಟ್ಟ ಜೀವದ ಸ್ಪರ್ಶದಿಂದ ಮಾಯವಾಯಿತು. ತಾಯ್ತನದ ಆ ಕ್ಷಣ, ಜಗತ್ತಿನ ಎಲ್ಲ ಕಷ್ಟಗಳನ್ನೂ ಮರೆಸುವಂತಿತ್ತು. ಅವಳು ತನ್ನ ಮಗಳನ್ನು ಎದೆಗೆ ಅಪ್ಪಿಕೊಂಡಳು. 'ಸಿರಿ... ನನ್ನ ಸಿರಿ' ಎಂದು ಮನಸ್ಸಿನಲ್ಲೇ ಅಂದುಕೊಂಡಳು. ಆ ಪುಟ್ಟ ಕಂದಮ್ಮನ ಕಣ್ಣುಗಳಲ್ಲಿ, ನಾಳೆಯ ಉಜ್ವಲ ಭವಿಷ್ಯದ ಬೆಳಕು ಅವಳಿಗೆ ಕಾಣಿಸುತ್ತಿತ್ತು.

ಆದರೆ, ಈ ಸಂತೋಷದ ಕ್ಷಣ ಹೆಚ್ಚು ಹೊತ್ತು ಉಳಿಯಲಿಲ್ಲ. ಸಮಾಜದ ಕ್ರೂರ ಮುಖ ಮತ್ತೆ ಅವಳ ಎದುರು ಬಂದು ನಿಂತಿತು. ಮಗು ಹುಟ್ಟಿದ ಸುದ್ದಿ ಊರಿಗೆಲ್ಲಾ ಹರಡಿತ್ತು. ಮಧ್ಯಾಹ್ನದ ಹೊತ್ತಿಗೆ, ರವಿಯ ತಾಯಿ ಪಾರ್ವತಮ್ಮ (ಗೌರಿಯ ತಾಯಿಯ ಹೆಸರೂ ಅದೇ

ಆದರೂ ಇವರು ಸಾಹುಕಾರರ ಹೆಂಡತಿ) ಆಸ್ಪತ್ರೆಗೆ ಓಡಿ ಬಂದರು. ಅವರು ಮಗುವನ್ನು ನೋಡಲು ಬಂದಿರಲಿಲ್ಲ, ಗೌರಿಯನ್ನು ಶಪಿಸಲು ಬಂದಿದ್ದರು. ವಾರ್ಡ್ ನೊಳಗೆ ನುಗ್ಗಿದ ಅವರು, ಮಗುವಿಗೆ ಹಾಲುಣಿಸುತ್ತಿದ್ದ ಗೌರಿಯನ್ನು ಕಂಡು ರೇಗಾಡಿದರು.

"ಏನೇ, ಮಗುವಾಯ್ತು ಅಂತ ಬೀಗ್ತಿದೀಯಾ? ಇದು ನನ್ನ ಮಗಂದೇ ಅಂತ ಏನೇ ಗ್ಯಾರಂಟಿ? ಯಾರ್ಯಾರದ್ದೋ ಪಾಪನ ನನ್ನ ಮಗನ ತಲೆಗೆ ಕಟ್ತಿದೀಯಲ್ಲ, ನಿನಗೆ ನಾಚಿಕೆ ಆಗಲ್ವಾ? ಸಾಲದಕ್ಕೆ ಆಸ್ತಿ ಪಾಸ್ತಿ ಅಂತ ಕೋರ್ಟ್ ಗೆ ಬೇರೆ ಹೋಗಿದೀಯಾ?" ಅವರ ಮಾತುಗಳು ಆಸ್ಪತ್ರೆಯ ಇತರ ರೋಗಿಗಳಿಗೂ ಕೇಳಿಸುವಷ್ಟೇ ಜೋರಾಗಿದ್ದವು.

ಗೌರಿ ಮಗುವನ್ನು ಎದೆಗೆ ಅಪ್ಪಿಕೊಂಡಳು. ಅವಳ ಕಣ್ಣಲ್ಲಿ ನೀರಿತ್ತು, ಆದರೆ ದನಿಯಲ್ಲಿ ನಡುಕವಿರಲಿಲ್ಲ. ಅವಳೀಗ ಬರೀ ಗೌರಿಯಲ್ಲ, ಸಿರಿಯ ತಾಯಿ. "ಅಮ್ಮ, ನೀವು ಕೂಡ ತಾಯಿ. ನಿಮ್ಮ ಮಗ ಮಾಡಿರೋ ತಪ್ಪನ್ನ ಮುಚ್ಚಿ ಹಾಕೋಕೆ, ಇನ್ನೊಬ್ಬ ತಾಯಿನ ಅವಮಾನ ಮಾಡ್ಬೇಡಿ. ಇದು ಯಾರ ಪಾಪ ಅಂತ ಈ ಮಗುವಿನ ರಕ್ತನೇ ಹೇಳುತ್ತೆ. ಅಲ್ಲಿವರ್ಗೂ ಸುಮ್ನಿರಿ."

ಆಸ್ಪತ್ರೆಯಲ್ಲಿದ್ದ ನರ್ಸ್ ಗಳು ಬಂದು ಪಾರ್ವತಮ್ಮನವರನ್ನು ಹೊರಗೆ ಕಳುಹಿಸಿದರು. ಆದರೆ ಆ ಮಾತುಗಳು ಗೌರಿಯ ಎದೆಯಲ್ಲಿ ಆಳವಾದ ಗಾಯ ಮಾಡಿದ್ದವು. ತನ್ನ ಮಗಳಿಗಾಗಿ ತಾನು ಎಂಥ ಯುದ್ಧವನ್ನು ಎದುರಿಸಬೇಕಾಗಿದೆ ಎಂಬುದು ಅವಳಿಗೆ ಮತ್ತೊಮ್ಮೆ ಮನವರಿಕೆಯಾಯಿತು.

ಒಂದು ತಿಂಗಳ ನಂತರ. ಡಿಎನ್‌ಎ ಪರೀಕ್ಷೆಯ ಆದೇಶದಂತೆ, ಜಿಲ್ಲಾ ಆಸ್ಪತ್ರೆಯ ಪ್ರಯೋಗಾಲಯದಲ್ಲಿ ಎಲ್ಲರೂ ಸೇರಿದ್ದರು. ಕೋರ್ಟ್ ನಿಂದ ನೇಮಕಗೊಂಡ ಕಮಿಷನರ್, ವಕೀಲರು ನಾರಾಯಣ ರಾವ್, ಬಸವಲಿಂಗಪ್ಪ, ರವಿ ಮತ್ತು ಗೌರಿ ಎಲ್ಲರೂ ಅಲ್ಲಿದ್ದರು.

ಗೌರಿಯ ಕೈಯಲ್ಲಿ ಆ ಪುಟ್ಟ ಕಂದಮ್ಮ ಮಲಗಿತ್ತು. ಅದರ ಮುಖದಲ್ಲಿ ಅದೆಂಥದೋ ಪ್ರಶಾಂತತೆ. ರವಿ ಆ ಮಗುವನ್ನು ಕದ್ದು ನೋಡಿದ. ಕ್ಷಣಾರ್ಧದಲ್ಲಿ ಅವನ ಎದೆ ಝಲ್ಲೆಂದಿತು. ಆ ಮೂಗು, ಆ ಹಣೆಯ ಮೇಲಿನ ಸುಳಿ... ಅಚ್ಚು ತನ್ನದೇ ಬಾಲ್ಯದ ಫೋಟೋ ನೋಡಿದ ಹಾಗಿತ್ತು. ತನ್ನದೇ ರಕ್ತದ ಕೂಸನ್ನು ನೋಡಿ ಅವನ ಅಂತರಾತ್ಮ ಕರಗಿದರೂ, ಅಪ್ಪನ ಭಯ ಅವನನ್ನು ಸುಮ್ಮನಾಗಿಸಿತ್ತು.

ವೈದ್ಯಕೀಯ ನಿಯಮಗಳ ಪ್ರಕಾರ, ತಾಯಿ (ಗೌರಿ), ತಂದೆ ಎಂದು ಆರೋಪಿಸಲ್ಪಟ್ಟವನು (ರವಿ) ಮತ್ತು ಮಗು ಮೂವರ ರಕ್ತದ ಮಾದರಿಯನ್ನು ಸಂಗ್ರಹಿಸಬೇಕಿತ್ತು. ನರ್ಸ್ ರವಿಯ ರಕ್ತ ತೆಗೆದರು. ನಂತರ ಮಗುವಿನ ಪುಟ್ಟ ಪಾದದ ಹಿಮ್ಮಡಿಯಿಂದ (ಜಚುಚು ರಿಡಿಖಿಇ) ರಕ್ತ ತೆಗೆಯಲು ಮುಂದಾದರು. ಸೂಜಿ ಚುಚ್ಚಿದೊಡನೆ ಮಗು ಜೋರಾಗಿ ಚೀರಾಡಿತು. ಆ ಚೀರಾಟ ಗೌರಿಯ ಪ್ರಾಣವನ್ನೇ ಹಿಂಡಿದಂತಾಯಿತು. "ಮೆಲ್ಲಗೆ... ನೋವಾಗುತ್ತೆ..." ಎಂದು ಅವಳು ಕಣ್ಣೀರು ಹಾಕಿದಳು.

ಮಗುವಿನ ಆ ಅಳು ರವಿಯ ಕಿವಿಗೆ ಬಿದ್ದಾಗ, ಅವನಿಗೆ ಮೊದಲ ಬಾರಿಗೆ ತಾನು ಮಾಡಿದ ಪಾಪದ ತೀವ್ರತೆ

ಅರ್ಥವಾಯಿತು. ತನ್ನ ಹೇಡಿತನಕ್ಕೆ ಆ ಹಸುಗೂಸು ನೋವು ಪಡುತಿದೆಯಲ್ಲ ಎಂಬ ಪಶ್ಚಾತ್ತಾಪ ಅವನನ್ನು ಕಾಡಿತು. ಅವನು ಮುಖ ತಿರುಗಿಸಿಕೊಂಡು ಕಣ್ಣೀರು ಒರೆಸಿಕೊಂಡ.

"ವರದಿ ಬರಲು ಹದಿನೈದು ದಿನ ಬೇಕು," ಎಂದು ಡಾಕ್ಟರ್ ಹೇಳಿದರು. ಆ ಹದಿನೈದು ದಿನಗಳು ಗೌರಿಗೆ ಹದಿನೈದು ಯುಗಗಳಂತೆ ಕಳೆದವು.

ವರದಿ ಬರುವ ದಿನ. ನ್ಯಾಯಾಲಯ ಕಿಕ್ಕಿರಿದಿತ್ತು. ಬಸವಲಿಂಗಪ್ಪನವರು ಎಷ್ಟೇ ಪ್ರಯತ್ನಿಸಿದರೂ, ಸರ್ಕಾರಿ ಲ್ಯಾಬ್ ನ ವರದಿಯನ್ನು ಬದಲಿಸಲು ಸಾಧ್ಯವಾಗಿರಲಿಲ್ಲ. ಸತ್ಯವನ್ನು ಮುಚ್ಚಿಡುವ ಅವರ ಎಲ್ಲಾ ದಾರಿಗಳೂ ಮುಚ್ಚಿಹೋಗಿದ್ದವು. ನ್ಯಾಯಾಧೀಶರು ಲಕೋಟೆಯನ್ನು ತೆರೆದರು. ಇಡೀ ಕೋರ್ಟ್ ಉಸಿರು ಬಿಗಿಹಿಡಿದು ಕಾಯುತ್ತಿತ್ತು.

"ವರದಿಯ ಸಂಖ್ಯೆ ಡಿಎನ್ಎ/೨೦೦೨/೪೫೬. ವಿಜ್ಞಾನ ಸುಳ್ಳು ಹೇಳುವುದಿಲ್ಲ. ರವಿಯ ರಕ್ತದ ಮಾದರಿ ಮತ್ತು ಮಗುವಿನ ರಕ್ತದ ಮಾದರಿಗಳ ಡಿಎನ್ಎ ಪ್ರೊಫೈಲ್ ಶೇಕಡಾ ೯೯.೯೯ ರಷ್ಟು ಹೊಂದಾಣಿಕೆಯಾಗಿದೆ. ಆದ್ದರಿಂದ, ಪ್ರತಿವಾದಿ ರವಿಯೇ ಈ ಮಗುವಿನ ಜೈವಿಕ ತಂದೆ ಎಂಬುದು ಸಾಬೀತಾಗಿದೆ," ನ್ಯಾಯಾಧೀಶರು ತೀರ್ಪು ಓದಿದರು.

ಗೌರಿ ಜೋರಾಗಿ ಉಸಿರು ಬಿಟ್ಟಳು. ಅವಳ ಕಾಲುಗಳು ನಡುಗಿದವು. ಪಕ್ಕದಲ್ಲಿದ್ದ ಕಂಬವನ್ನು ಹಿಡಿದುಕೊಂಡಳು. ಇದು

ಗೆಲುವಾ? ಹೌದು, ಸತ್ಯದ ಗೆಲುವು. ಆದರೆ ಈ ಗೆಲುವಿಗಾಗಿ ಅವಳು ಪಟ್ಟ ಪಾಡು, ಅನುಭವಿಸಿದ ಅವಮಾನಗಳಿಗೆ ಬೆಲೆ ಕಟ್ಟಲು ಸಾಧ್ಯವೇ?

ರವಿಯ ತಲೆ ನೆಲಕ್ಕೆ ಬಗ್ಗಿತ್ತು. ಬಸವಲಿಂಗಪ್ಪನವರ ಮುಖದಲ್ಲಿ ರಕ್ತವೇ ಇಲ್ಲದಂತಾಗಿತ್ತು. ಅವರ ಅಹಂಕಾರ, ಅವರ ಹಣದ ದರ್ಪ ಎಲ್ಲವೂ ಆ ಒಂದು ಕಾಗದದ ತುಂಡಿನ ಮುಂದೆ ಮಣ್ಣುಗೂಡಿದ್ದವು. ನ್ಯಾಯಾಧೀಶರು ರವಿಯ ಕಡೆ ತಿರುಗಿದರು. "ರವಿ, ಈ ಮಗುವಿನ ತಂದೆ ನೀನು ಎಂದು ಸಾಬೀತಾಗಿದೆ. ನೀನು ಕಾನೂನಿನ ಪ್ರಕಾರ ಮಗುವಿನ ಖರ್ಚು ವೆಚ್ಚ ನೋಡಿಕೊಳ್ಳಬೇಕು. ಏನಾದರೂ ಹೇಳೋದಿದೆಯಾ?"

ರವಿ ಮೆಲ್ಲಗೆ ತಲೆ ಎತ್ತಿದ. ಅವನ ಕಣ್ಣುಗಳು ಗೌರಿಯನ್ನು ಹುಡುಕಿದವು. ಗೌರಿ ಅವನನ್ನು ನೇರವಾಗಿ ನೋಡುತ್ತಿದ್ದಳು. ಅವಳ ಕಣ್ಣಲ್ಲಿ ದ್ವೇಷವಿರಲಿಲ್ಲ, ಕೇವಲ ಒಂದು ನಿರ್ಲಿಪ್ತ ಭಾವವಿತ್ತು. 'ನನ್ನ ಕೆಲಸ ಮುಗಿಯಿತು, ಇನ್ನು ನಿನಗೂ ನನಗೂ ಸಂಬಂಧವಿಲ್ಲ' ಎನ್ನುವಂತಿತ್ತು ಆ ನೋಟ. ರವಿ ಏನೋ ಹೇಳಲು ಬಾಯಿ ತೆರೆದ, ಆದರೆ ದನಿ ಹೊರಡಲಿಲ್ಲ. ತಾನು ಕಳೆದುಕೊಂಡದ್ದು ಕೇವಲ ಕೇಸ್ ಅಲ್ಲ, ಒಬ್ಬ ಅದ್ಭುತವಾದ ಜೀವನಸಂಗಾತಿಯನ್ನು ಮತ್ತು ಒಂದು ಮುದ್ದಾದ ಮಗುವನ್ನು ಎಂದು ಅವನಿಗೆ ಈಗ ಅರಿವಾಯಿತು.

ರವಿ ತಲೆತಗ್ಗಿ ನಿಂತಿದ್ದ; ಅವನಿಗೆ ಅವಳನ್ನು ಕಳೆದುಕೊಂಡದ್ದರ ಅರಿವು ಈಗ ಸಂಪೂರ್ಣವಾಗಿ ಆಗುತ್ತಿತ್ತು, ಆದರೆ ಆ ತಪ್ಪಿಗೆ ಕ್ಷಮೆಯಿರಲಿಲ್ಲ.

ಗೌರಿ ತನ್ನ ಮಗುವನ್ನು ಎತ್ತಿಕೊಂಡು ಕೋರ್ಟ್ ನಿಂದ ಹೊರ ನಡೆದಳು. ಅವಳ ಹಿಂದೆ ಗುರೂಜಿ ಮತ್ತು ವಕೀಲರಿದ್ದರು. ಆದರೆ ಅವಳ ನಡಿಗೆಯಲ್ಲಿ ಹಿಂದೆಂದೂ ಇಲ್ಲದ ಸ್ಪಷ್ಟತೆ ಇತ್ತು. ಯಾವುದೇ ದೊಡ್ಡ ಭಾಷಣ, ಆರ್ಭಟ ಇಲ್ಲದೆ ಅವಳು ಹೇಳಬೇಕಾದ್ದನ್ನು ಮೌನವಾಗಿಯೇ ಹೇಳಿ ಹೊರಟಿದ್ದಳು. ಆ ಒಂಟಿತನದಲ್ಲಿ ಈಗ ಒಂದು ಅಸಾಧಾರಣ ಬಲವಿತ್ತು. ಅವಳು ಇನ್ನು ಮುಂದೆ ಕೇವಲ ಗೌರಿಯಲ್ಲ, ತನ್ನ ಸಾಮ್ರಾಜ್ಯವನ್ನು ತಾನೇ ಕಟ್ಟಿಕೊಳ್ಳಲು ಹೊರಟ 'ಸಿರಿ'ಯ ತಾಯಿ. ಕತ್ತಲ ಗರ್ಭದಲ್ಲಿ ಬಿತ್ತಿದ್ದ ಸತ್ಯದ ಬೀಜ, ಈಗ ಸ್ವತಂತ್ರವಾಗಿ ಬೆಳಕಿನತ್ತ ಮುಖ ಮಾಡಿತ್ತು. ಕೋರ್ಟ್ ಆವರಣದಲ್ಲಿ ಮಳೆ ಸುರಿಯಲು ಆರಂಭಿಸಿತು. ಆ ಮಳೆ ಅವಳ ಹಳೆಯ ಕಣ್ಣೀರಿನ ಕಲೆಗಳನ್ನು ತೊಳೆದು, ಹೊಸದೊಂದು ದಾರಿಯನ್ನು ತೆರೆಯುತ್ತಿತ್ತು.

***

ನ್ಯಾಯಾಲಯದ ಆ ಮೆಟ್ಟಿಲುಗಳನ್ನು ಇಳಿದು ಬರುವಾಗ ಗೌರಿಯ ಮನಸ್ಸಿನಲ್ಲಿ ಇದ್ದದ್ದು ಕೇವಲ ಸಮಾಧಾನವಲ್ಲ, ಬದಲಾಗಿ ಒಂದು ರೀತಿಯ ದೃಢವಾದ ಶೂನ್ಯ. ರವಿಯ ಹೆಸರಾಗಲೀ, ಅವನ ಹಣವಾಗಲೀ ತನ್ನ ಮಗಳಿಗೆ ಬೇಡ ಎಂದು ನಿರ್ಧರಿಸಿ ಬಂದ ಆ ಕ್ಷಣ, ಅವಳೊಳಗಿದ್ದ ಅಬಲೆಯನ್ನು ಶಾಶ್ವತವಾಗಿ ಅಳಿಸಿಹಾಕಿತ್ತು. ಆದರೆ, ವಾಸ್ತವದ ಬದುಕು ಕೇವಲ ಆದರ್ಶಗಳ ಮೇಲೆ ನಡೆಯುವುದಿಲ್ಲ. ನ್ಯಾಯಾಲಯದ ತೀರ್ಪು ಹೊಟ್ಟೆ ತುಂಬಿಸುವುದಿಲ್ಲ ಎಂಬುದರ ಅರಿವು ಅವಳಿಗಿತ್ತು.

ದೇವಸ್ಥಾನದ ಆವರಣದಲ್ಲಿ, ಗುರೂಜಿಯವರ ಆಶ್ರಯದಲ್ಲಿ ಅವಳ ಬದುಕು ಮತ್ತೆ ಮೊದಲಿನಂತೆ ಸಾಗತೊಡಗಿತು. ಆಶ್ರಮದ ಗೋಶಾಲೆ, ಅಲ್ಲಿನ ಕರುಗಳು, ಮತ್ತು ಗರ್ಭಗುಡಿಯ ಪ್ರಶಾಂತತೆ ಇವೇ ಅವಳ ಮಗಳ ಮೊದಲ ಪ್ರಪಂಚವಾದವು. ತನ್ನ ಗರ್ಭದಲ್ಲಿ ಮೊಳೆತು, ಎಲ್ಲಾ ಬಿರುಗಾಳಿಗಳನ್ನು ಎದುರಿಸಿ ಭೂಮಿಗೆ ಬಂದ ಆ ಪುಟ್ಟ ಜೀವಕ್ಕೆ ಅವಳು 'ಸಿರಿ' ಎಂದು ಹೆಸರಿಟ್ಟಳು. ಸಿರಿ ಎಂದರೆ ಕೇವಲ ಸಂಪತ್ತಲ್ಲ, ಅದು ಅವಳ ಪಾಲಿಗೆ ಬದುಕಿನ ಹೊಸ ಅರ್ಥ, ಹೊಸ ಶಕ್ತಿ. ಆಶ್ರಮದ ಭಕ್ತರು, ಸ್ವಚ್ಛತಾ ಸಿಬ್ಬಂದಿ ಎಲ್ಲರಿಗೂ ಸಿರಿ ಮುದ್ದಿನ ಕಂದಳಾದಳು. ಗೌರಿ ಗೋಶಾಲೆಯಲ್ಲಿ ಕೆಲಸ ಮಾಡುವಾಗ, ಸಿರಿ ಕರುಗಳೊಡನೆ ಆಡುತ್ತಾ ಬೆಳೆಯತೊಡಗಿದಳು.

ಹೀಗೆ ಐದು ವರ್ಷಗಳು ಕಳೆದುಹೋದವು. ಸಿರಿ ಈಗ ಐದು ವರ್ಷದ ಚೂಟಿಯಾದ ಬಾಲಕಿ. ಅವಳ ಕಣ್ಣುಗಳಲ್ಲಿ ರವಿಯ ಛಾಯೆ ಇದ್ದರೂ, ಅವಳ ನಗುವಿನಲ್ಲಿ ಗೌರಿಯ ಸ್ವಾಭಿಮಾನವಿತ್ತು. ಆಶ್ರಮದ ವಾತಾವರಣ ಅವಳಿಗೆ ಸುರಕ್ಷತೆಯನ್ನು ನೀಡಿತ್ತು, ಆದರೆ ಗೌರಿಯ ಮನಸ್ಸಿನ ಮೂಲೆಯಲ್ಲೆಲ್ಲೋ ಒಂದು ಅತೃಪ್ತಿ ಕಾಡತೊಡಗಿತು. 'ನನ್ನ ಮಗಳು ಆಶ್ರಮದ ಕರುಣೆಯ ನೆರಳಿನಲ್ಲಿಯೇ ಬೆಳೆಯಬೇಕೆ? ಅವಳ ಭವಿಷ್ಯಕ್ಕೆ ನಾನೇ ಸ್ವಂತವಾಗಿ ಏನನ್ನಾದರೂ ಕಟ್ಟಬೇಕಲ್ಲವೇ?' ಎಂಬ ಯೋಚನೆ ಅವಳ ನಿದ್ದೆ ಗೆಡಿಸಿತು. ಅವಳು ಗುರೂಜಿಯವರ ಬಳಿ ತನ್ನ ಮನದಿಂಗಿತವನ್ನು ಹೇಳಿಕೊಂಡಳು. ಗುರೂಜಿ ಅವಳ ಸ್ವಾವಲಂಬನೆಯ ಹಂಬಲವನ್ನು ಅರ್ಥಮಾಡಿಕೊಂಡು, ಆಶೀರ್ವಾದ ನೀಡಿ ಬೀಳ್ಕೊಟ್ಟರು.

ದೇವಸ್ಥಾನದ ಮುಖ್ಯರಸ್ತೆಯ ಬದಿಯಲ್ಲೇ ಇದ್ದ ಒಂದು ಸಣ್ಣ ಅಂಗಡಿಯ ಜಾಗವನ್ನು ಗೌರಿ ಬಾಡಿಗೆಗೆ ಪಡೆದಳು. ತನ್ನ ಕೈರುಚಿಯನ್ನು ನಂಬಿ ಅಲ್ಲಿ ಒಂದು ಪುಟ್ಟ ಹೋಟೆಲ್ (ಉಪಾಹಾರ ಗೃಹ) ಆರಂಭಿಸಿದಳು. ಆಶ್ರಮದಿಂದ ಸ್ವಲ್ಪ ದೂರದಲ್ಲೇ ಇದ್ದ ಒಂದು ಸಣ್ಣ ಕೋಣೆಗೆ ಅವಳ ವಾಸ್ತವ್ಯ ಬದಲಾಯಿತು. ಬೆಳಗಿನ ಜಾವ ನಾಲ್ಕು ಗಂಟೆಗೆ ಎದ್ದು, ಒಲೆ ಹೊತ್ತಿಸಿ, ಇಡ್ಲಿ, ದೋಸೆ, ಚಟ್ನಿ ತಯಾರಿಸುವ ಅವಳ ದಿನಚರಿ ಕಠಿಣವಾಗಿತ್ತು. ಸಿರಿ ಪಕ್ಕದಲ್ಲೇ ಕುಳಿತು ತಾಯಿಯ ಕೆಲಸವನ್ನು ನೋಡುತ್ತಾ, ಆಗಾಗ ಸಣ್ಣ ಪುಟ್ಟ ಸಹಾಯ ಮಾಡುತ್ತಿದ್ದಳು. ಗೌರಿಯ ಹೋಟೆಲ್‌ನ ರುಚಿ ಮತ್ತು ಶುಚಿತ್ವ ಸುತ್ತಮುತ್ತಲಿನ ಭಕ್ತರನ್ನು, ವ್ಯಾಪಾರಿಗಳನ್ನು ಸೆಳೆಯಿತು. ಅವಳ ಹೋಟೆಲ್ ನಿಧಾನವಾಗಿ ಹೆಸರು ಮಾಡತೊಡಗಿತು. ಬಡತನದ ಬೇಗೆಯಲ್ಲಿ ಬೆಂದವಳಿಗೆ ಬೆವರಿನ ದುಡಿಮೆಯ ರುಚಿ ಸಿಹಿಯಾಗಿತ್ತು.

ಒಂದು ದಿನ ಮಧ್ಯಾಹ್ನ. ಹೋಟೆಲ್‌ನಲ್ಲಿ ಗಿರಾಕಿಗಳ ಓಡಾಟ ಸ್ವಲ್ಪ ಕಡಿಮೆಯಾಗಿತ್ತು. ಗೌರಿ ಪಾತ್ರೆಗಳನ್ನು ಶುಚಿಗೊಳಿಸುತ್ತಿದ್ದಳು. ಸಿರಿ ಒಂದು ಮೂಲೆಯಲ್ಲಿ ಸ್ಲೇಟು ಹಿಡಿದು ಅಕ್ಷರ ತಿದ್ದುತ್ತಿದ್ದಳು.

ಆಗ ಹೋಟೆಲ್‌ನ ಬಾಗಿಲಲ್ಲಿ ಒಂದು ನೆರಳು ಬಂದು ನಿಂತಿತು.

ಗೌರಿ ತಲೆ ಎತ್ತಿ ನೋಡಿದಳು. ಅಲ್ಲಿ ನಿಂತಿದ್ದ ಆಕೆಯನ್ನು ಕಂಡು ಅವಳ ಕೈಯಲ್ಲಿದ್ದ ಪಾತ್ರೆ ಜಾರಿ ಕೆಳಗೆ ಬಿತ್ತು. ಅದು ಅವಳ ತಾಯಿ, ಪಾರ್ವತಮ್ಮ. ಐದು ವರ್ಷಗಳ ನಂತರ ತಾಯಿಯನ್ನು ನೋಡಿದರೂ, ಗೌರಿಯ ಎದೆಯಲ್ಲಿ ಯಾವುದೇ ಹರ್ಷದ ಅಲೆ

ಏಳಲಿಲ್ಲ; ಬದಲಾಗಿ ಒಂದು ಮರಗಟ್ಟಿದ ಮೌನ ಅವಳನ್ನು ಆವರಿಸಿತು. ಪಾರ್ವತಮ್ಮನ ಮುಖದಲ್ಲಿ ಈಗ ಮೊದಲಿದ್ದ ಆತಂಕವಿರಲಿಲ್ಲ, ಬದಲಿಗೆ ವಯಸ್ಸಿನ ಸುಕ್ಕುಗಳು ಮತ್ತು ಒಂದು ರೀತಿಯ ಸಮಾಧಾನವಿತ್ತು.

"ಗೌರೀ..." ಪಾರ್ವತಮ್ಮನ ದನಿ ನಡುಗುತ್ತಿತ್ತು. ಅವರು ಮುಂದೆ ಬಂದು ಗೌರಿಯ ಕೈ ಹಿಡಿಯಲು ಹೋದರು.

ಗೌರಿ ಮೆಲ್ಲನೆ ಒಂದು ಹೆಜ್ಜೆ ಹಿಂದೆ ಸರಿದಳು. ಅವಳ ಕಣ್ಣುಗಳು ತಾಯಿಯನ್ನು ಅಳೆಯುತ್ತಿದ್ದವು. "ಬನ್ನಿ," ಎಂದು ನಿರ್ಲಿಪ್ತವಾಗಿ ಹೇಳಿ, ಪಕ್ಕದ ಮರದ ಬೆಂಚನ್ನು ತೋರಿಸಿದಳು. ಆ 'ಬನ್ನಿ' ಎಂಬ ಒಂದು ಪದದಲ್ಲಿ ಯಾವುದೇ ಆಪ್ತತೆ ಇರಲಿಲ್ಲ.

ಪಾರ್ವತಮ್ಮ ಕುಳಿತುಕೊಂಡು, ಒಂದು ಕ್ಷಣ ಮಗಳು ಮತ್ತು ಮೊಮ್ಮಗಳತ್ತ ಕಣ್ಣಾಡಿಸಿದರು. ಸಿರಿಯನ್ನು ನೋಡಿ ಅವರ ಕಣ್ಣುಗಳು ತೇವವಾದವು. "ಇವಳೇನಾ ನನ್ನ ಮೊಮ್ಮಗಳು? ಎಷ್ಟು ಚಂದ ಇದ್ದಾಳೆ... ನನ್ನ ಹತ್ರ ಬಾ ಕಂದ," ಎಂದು ಕೈ ಚಾಚಿದರು.

ಸಿರಿ ತಾಯಿಯ ಮುಖ ನೋಡಿದಳು. ಗೌರಿ ಏನೂ ಹೇಳಲಿಲ್ಲ. ಮಗು ಅಂಜುತ್ತಲೇ ಅಜ್ಜಿಯ ಹತ್ತಿರ ಹೋಯಿತು. ಪಾರ್ವತಮ್ಮ ಸಿರಿಯ ತಲೆ ಸವರಿ, ತಮ್ಮ ಸೆರಗಿನಿಂದ ಒಂದು ಸಣ್ಣ ಆಟಿಕೆ ತೆಗೆದು ಅವಳ ಕೈಗಿಟ್ಟರು.

"ಹೇಗಿದೀಯಾ ಗೌರಿ? ಈ ಹೋಟೆಲ್ ನೀನೇ ನಡೆಸ್ತಿದೀಯಾ?" ಪಾರ್ವತಮ್ಮ ಆಶ್ಚರ್ಯ ಮತ್ತು ಹೆಮ್ಮೆಯಿಂದ ಕೇಳಿದರು.

ಗೌರಿ ಒದ್ದೆ ಕೈಯನ್ನು ಸೆರಗಿಗೆ ಒರೆಸಿಕೊಳ್ಳುತ್ತಾ, "ಹೌದು. ನಾನೇ ನಡೆಸ್ತಿದೀನಿ. ನೀವು ಹೇಗಿದ್ದೀರಾ? ಮಂಜ, ಕಾವ್ಯ ಹೇಗಿದ್ದಾರೆ?" ಎಂದು ಮೌನವಾಗಿಯೇ ಕೇಳಿದಳು.

"ಅವರೆಲ್ಲಾ ಚೆನ್ನಾಗಿದ್ದಾರೆ ಮಗಳೇ. ಮಂಜ ಈಗ ಕಾಲೇಜಿಗೆ ಹೋಗ್ತಿದ್ದಾನೆ. ಕಾವ್ಯ ಹೈಸ್ಕೂಲಿನಲ್ಲಿ ಇದ್ದಾಳೆ," ಪಾರ್ವತಮ್ಮನ ಮುಖದಲ್ಲಿ ನೆಮ್ಮದಿ ಇತ್ತು. "ನೀನು ಮನೆ ಬಿಟ್ಟು ಹೋದ ಮೇಲೆ ನಮಗೆಲ್ಲಾ ದಿಕ್ಕೇ ತೋಚಲಿಲ್ಲ. ಊರಿನ ಜನರ ಮಾತು ಕೇಳಿ ಹೆತ್ತ ಕರುಳನ್ನೇ ಕತ್ತಲೆಗೆ ತಳ್ಳಿದೆನಲ್ಲಾ ಅಂತ ದಿನಾ ಅಳ್ತಿದ್ದೆ. ಆದರೆ... ಆ ಶಂಕರಪ್ಪ ಮಾಸ್ಟು ಇದ್ದಾರಲ್ಲ, ಅವರು ದೇವರಿದ್ದಂಗೆ. ನೀನು ಮನೆ ಬಿಟ್ಟು ಹೋದ ಕೆಲವು ದಿನಗಳಲ್ಲೇ ಅವರು ನಮ್ಮ ಮನೆಗೆ ನಿನ್ನನ್ನು ಹುಡುಕಿಕೊಂಡು ಬಂದಿದ್ರು. ನೀನು ಅಲ್ಲಿಲ್ಲ ಅಂತ ಗೊತ್ತಾಗಿ, ನಮ್ಮ ಕಷ್ಟ ನೋಡಿ, ಅಂದಿನಿಂದ ಪ್ರತಿ ತಿಂಗಳು ನಮಗೆ ದುಡ್ಡು ಕಳಿಸ್ತಿದ್ದಾರೆ. ಅವರ ದೆಸೆಯಿಂದ ಮಂಜ-ಕಾವ್ಯನ ಓದು ನಿಲ್ಲಲಿಲ್ಲ, ನಮ್ಮ ಹೊಟ್ಟೆಗೂ ಕಷ್ಟ ಆಗಲಿಲ್ಲ."

ಶಂಕರಪ್ಪನವರ ಹೆಸರು ಕೇಳಿ ಗೌರಿಯ ಎದೆಯಲ್ಲೊಂದು ಗೌರವದ ಅಲೆ ಎದ್ದಿತು. ತನ್ನನ್ನು ರಕ್ಷಿಸಲು ಕೋರ್ಟಿನಲ್ಲಿ ನಿಲ್ಲಲಾಗದ ಅವರ ಅಸಹಾಯಕತೆ, ಈಗ ತನ್ನ ಕುಟುಂಬವನ್ನು ಪೋಷಿಸುವ ಮೂಲಕ ಪ್ರಾಯಶ್ಚಿತ್ತವಾಗಿ ಬದಲಾಗಿತ್ತು.

"ಗೌರೀ," ಪಾರ್ವತಮ್ಮ ಮಗಳ ಕೈ ಹಿಡಿದು ಗೋಗರೆದರು, "ಈಗ ನಮಗೆ ಯಾವ ಕಷ್ಟನೂ ಇಲ್ಲ. ಊರಿನವರೂ ಹಳೇದನ್ನೆಲ್ಲಾ ಮರೆತಿದ್ದಾರೆ. ನಿನ್ನ ಈ ಹೋಟೆಲ್, ಈ ಕಷ್ಟ ಸಾಕು. ನನ್ನ ಜೊತೆ

ಊರಿಗೆ ಬಂದುಬಿಡು ಮಗಳೇ. ನಿನ್ನ ಮಗುವನ್ನ ನಾವು ನೋಡ್ಕೊಳ್ತೀವಿ. ಮಂಜ–ಕಾವ್ಯನಿಗೆ ನಿನ್ನ ಕಂಡ್ರೆ ಜೀವ. ಬಾ ಮಗಳೇ."

ಆ ಮಾತುಗಳು ಹದಿನೈದು ವರ್ಷದ ಹಿಂದಿನ ಗೌರಿಯಾಗಿದ್ದರೆ ಅವಳನ್ನು ಕರಗಿಸುತ್ತಿದ್ದವು. ಆದರೆ ಈಗ ನಿಂತಿದ್ದ ಗೌರಿ, ಮಳೆಗಾಲದ ಚಳಿಗೆ ನಡುಗುವ ಸಸಿಯಾಗಿರಲಿಲ್ಲ; ಮಣ್ಣಿನ ಆಳಕ್ಕೆ ಬೇರು ಬಿಟ್ಟ ಮರವಾಗಿತ್ತು. ಅವಳು ನಿಧಾನವಾಗಿ ತನ್ನ ಕೈಯನ್ನು ತಾಯಿಯ ಹಿಡಿತದಿಂದ ಬಿಡಿಸಿಕೊಂಡಳು.

"ಅಮ್ಮ," ಗೌರಿಯ ದನಿಯಲ್ಲಿ ಕೋಪವಿರಲಿಲ್ಲ, ಆದರೆ ಕತ್ತಿಯಂತಹ ಸ್ಪಷ್ಟತೆ ಇತ್ತು. "ಅಂದು... ನನ್ನ ಹೊಟ್ಟೆಯಲ್ಲಿ ಈ ಜೀವ ಇದ್ದಾಗ, ನನಗೆ ನಿಮ್ಮ ಆಸರೆಯ ಅಗತ್ಯವಿತ್ತು. ನಾನೊಂದು ತಪ್ಪು ಮಾಡಿದ್ದೆ ನಿಜ, ಆದರೆ ಅದಕ್ಕೆ ನನ್ನ ಕರುಳನ್ನೇ ಕೊಲ್ಲಲು ನೀವು ಹೇಳಿದಿರಲ್ಲ, ಆ ದಿನವೇ ನಿಮ್ಮ ಮಗಳು ಸತ್ತುಹೋದಳು. ಸಮಾಜದ ಮರ್ಯಾದೆ, ಊರಿನ ಜನರ ಕಣ್ಣುಗಳು ಅಂದು ನಿಮಗೆ ನನ್ನ ಕಣ್ಣೀರಿಗಿಂತ, ನನ್ನ ಮಗುವಿನ ಉಸಿರಿಗಿಂತ ದೊಡ್ಡದಾಗಿ ಕಂಡವು."

ಪಾರ್ವತಮ್ಮ ತಲೆ ತಗ್ಗಿಸಿ ಕಣ್ಣೀರು ಸುರಿಸಿದರು. "ನನ್ನ ಕ್ಷಮಿಸು ಮಗಳೇ... ನನಗೆ ಅಂದು ಬುದ್ಧಿ ಇರಲಿಲ್ಲ..."

"ಕ್ಷಮೆಯ ಪ್ರಶ್ನೆ ಇಲ್ಲಮ್ಮ. ನಿಮ್ಮ ಜಾಗದಲ್ಲಿ ನೀವು ಸರಿಯಾಗಿದ್ದಿರಿ. ಆದರೆ, ನನ್ನ ಮಗುವನ್ನು ಉಳಿಸಿಕೊಳ್ಳಲು ನಾನು ಅಂದು ರಾತ್ರೋರಾತ್ರಿ ಮಳೆಯಲ್ಲಿ ಒಂಟಿಯಾಗಿ ನಡೆದೆನಲ್ಲ, ಆ

ಹೆಜ್ಜೆಗಳು ನನ್ನನ್ನು ಗಟ್ಟಿ ಮಾಡಿವೆ. ಈಗ ನನಗೆ ಯಾರ ಆಸರೆಯೂ ಬೇಡ. ಶಂಕರಪ್ಪನವರ ದುಡ್ಡಿನಿಂದ ಊಟ ಸಿಕ್ಕಿರಬಹುದು, ಆದರೆ ನನ್ನ ಮಗಳಿಗೆ ನನ್ನ ಬೆವರಿನ ಅನ್ನವೇ ಸಾಕು." ಗೌರಿ ಸಿರಿಯನ್ನು ತನ್ನತ್ತ ಎಳೆದುಕೊಂಡು ಎದೆಗಪ್ಪಿಕೊಂಡಳು.

"ನನ್ನ ಮಗಳನ್ನು ಹೇಗೆ ಬೆಳೆಸಬೇಕು ಅಂತ ನನಗೆ ಗೊತ್ತಿದೆ ಅಮ್ಮ. ಅವಳನ್ನು ನಾನು ನಿಮ್ಮ ಮರ್ಯಾದೆಯ ನೆರಳಿನಲ್ಲಿ ಬೆಳೆಸಲ್ಲ, ನನ್ನ ಸ್ವಾಭಿಮಾನದ ಬಿಸಿಲಿನಲ್ಲಿ ಬೆಳೆಸ್ತೀನಿ. ನೀವು ಊರಿಗೆ ಹೊರಡಿ. ಮಂಜ ಮತ್ತು ಕಾವ್ಯ ಚೆನ್ನಾಗಿ ಓದಲಿ. ಶಂಕರಪ್ಪರಿಗೆ ಕಾಗದ ಬರೆಯಿರಿ ಅವರ ಹಣ ಬೇಡ ಎಂದು. ನಿಮ್ಮ ಜವಾಬ್ದಾರಿ ನನ್ನದು ಅಲ್ಲವೇ? ನಾನೇ ಹಣ ಕಳಿಸುತ್ತೇನೆ. ನನ್ನ ಬಗ್ಗೆ ಚಿಂತೆ ಬೇಡ."

ಪಾರ್ವತಮ್ಮನಿಗೆ ಮಗಳ ಮಾತಿನಲ್ಲಿದ್ದ ದೃಢತೆ ಅರ್ಥವಾಯಿತು. ಅವಳು ಹಿಂದಿನ ಗೌರಿಯಲ್ಲ, ಈಗ ಸ್ವತಂತ್ರವಾದ, ತನ್ನದೇ ಸಾಮ್ರಾಜ್ಯವನ್ನು ಕಟ್ಟಿಕೊಳ್ಳುತ್ತಿರುವ 'ತಾಯಿ' ಎಂಬುದನ್ನು ಅವರು ಅರಿತರು. ಮೌನವಾಗಿ ಎದ್ದು, ಕಣ್ಣೀರು ಒರೆಸಿಕೊಂಡು, ಇನ್ನೊಮ್ಮೆ ಮೊಮ್ಮಗಳನ್ನು ನೋಡಿ ಅಲ್ಲಿಂದ ಹೆಜ್ಜೆ ಹಾಕಿದರು.

ಗೌರಿ ಅವಳು ಹೋಗುವುದನ್ನೇ ನೋಡುತ್ತಾ ನಿಂತಳು. ಅವಳ ಕಣ್ಣಂಚಿನಲ್ಲಿ ಒಂದು ಹನಿ ನೀರು ಜಿನುಗಿತು, ಆದರೆ ಅದನ್ನು ಅವಳು ಒರೆಸಿಕೊಳ್ಳಲಿಲ್ಲ. ಆ ಕಣ್ಣೀರಿನ ಹನಿ ಅವಳ ಗತಕಾಲದ ನೆನಪುಗಳನ್ನು ತೊಳೆದು, ನಾಳೆಯ ದಾರಿಯನ್ನು ಮತ್ತಷ್ಟು

ಸ್ಪಷ್ಟಗೊಳಿಸುತ್ತಿತ್ತು. ಮಗಳನ್ನು ಹತ್ತಿರ ಕರೆದು, "ಬಾ ಕಂದ, ಗಿರಾಕಿಗಳು ಬರೋ ಹೊತ್ತಾಯ್ತು, ದೋಸೆ ಹಿಟ್ಟು ರೆಡಿ ಮಾಡೋಣ," ಎಂದು ಒಲೆಯತ್ತ ತಿರುಗಿದಳು. ಅವಳ ಜೀವನದ ಕಲ್ಲು ಮುಳ್ಳಿನ ಹಾದಿಯಲ್ಲಿ ಈಗ ಅವಳದೇ ಹೆಜ್ಜೆ ಗುರುತುಗಳು ಮೂಡುತ್ತಿದ್ದವು.

***

ಮಳೆಯ ನಂತರದ ಶುಭ್ರವಾದ ಬೆಳಗು. ಊರಿನ ಗಾಳಿಯಲ್ಲಿ ಒದ್ದೆ ಮಣ್ಣಿನ, ಮತ್ತು ಪೂಜೆಯ ಹೂವುಗಳ ಸುವಾಸನೆ ಬೆರೆತಿತ್ತು. ಗೌರಿಯ ಸಣ್ಣ ಬಾಡಿಗೆ ಕೋಣೆಯಲ್ಲಿ ಅಂದು ಬಿಡುವಿಲ್ಲದ ಸಂಭ್ರಮ. ಅವಳ ಮುದ್ದಿನ ಮಗಳು ಸಿರಿಗೆ ಈಗ ಆರು ವರ್ಷ ತುಂಬಿತ್ತು. ಬದುಕಿನ ಹೊಸದೊಂದು ಘಟ್ಟಕ್ಕೆ, ಅಕ್ಷರದ ಲೋಕಕ್ಕೆ ಅವಳನ್ನು ಕಳುಹಿಸುವ ಸಿದ್ಧತೆಯಲ್ಲಿ ಗೌರಿ ಮಗ್ನಳಾಗಿದ್ದಳು.

ತನ್ನ ಹೋಟೆಲ್‌ನ ಬೆವರಿನ ದುಡಿಮೆಯಲ್ಲಿ ಕೂಡಿಟ್ಟಿದ್ದ ಹಣದಿಂದ, ಗೌರಿ ಸಿರಿಗೆ ಹೊಸ ಶಾಲಾ ಸಮವಸ್ತ್ರ, ಬಣ್ಣದ ಸ್ಲೇಟು, ಮತ್ತು ಸಣ್ಣದೊಂದು ಬ್ಯಾಗ್ ತಂದಿದ್ದಳು. ಹೊಸ ಬಟ್ಟೆಯ ಆ ವಿಶಿಷ್ಟ ವಾಸನೆ ಸಿರಿಯ ಮುಖದಲ್ಲಿ ಅರಳಿತ್ತು. ಬಿಳಿ ಶರ್ಟ್ ಮತ್ತು ನೀಲಿ ಬಣ್ಣದ ಲಂಗ ತೊಟ್ಟು, ಕನ್ನಡಿಯ ಮುಂದೆ ನಿಂತು ತನ್ನನ್ನೇ ನೋಡಿಕೊಳ್ಳುತ್ತಿದ್ದ ಸಿರಿಯ ಕಣ್ಣುಗಳಲ್ಲಿ ನಕ್ಷತ್ರಗಳ ಹೊಳಪಿತ್ತು. ಗೌರಿ ಅವಳ ತಲೆಗೆ ಎಣ್ಣೆ ಹಚ್ಚಿ, ಎರಡು ಜಡೆ ಹೆಣೆದು,

ತುದಿಗೊಂದು ಕೆಂಪು ರಿಬ್ಬನ್ ಕಟ್ಟಿದಳು. ಹಣೆಯ ಮೇಲೊಂದು ಕಪ್ಪು ಚುಕ್ಕೆ ಇಟ್ಟಾಗ, ಅವಳ ಸೌಂದರ್ಯಕ್ಕೆ ದೃಷ್ಟಿ ತಾಕದಿರಲಿ ಎಂಬ ತಾಯಿಯ ಕಾಳಜಿ ಅದರಲ್ಲಿತ್ತು.

"ಅಮ್ಮಾ, ನನಗೂ ಟೀಚರ್ ಪಾಠ ಮಾಡ್ತಾರಾ? ನಾನೂ ದೊಡ್ಡ ಪುಸ್ತಕ ಓದಬಹುದಾ?" ಸಿರಿ ಮುಗ್ಧತೆಯಿಂದ ಕೇಳಿದಳು.

ಗೌರಿ ಮಗಳ ಕೆನ್ನೆ ಸವರಿ, "ಹೌದು ಕಂದಾ, ನೀನು ದೊಡ್ಡ ಪುಸ್ತಕ ಓದಬೇಕು, ದೊಡ್ಡ ಆಫೀಸರ್ ಆಗ್ಬೇಕು. ಯಾರು ನಿನ್ನನ್ನ ಕೀಳಾಗಿ ನೋಡಬಾರದು, ಹಾಗೆ ಬೆಳಿಬೇಕು," ಎಂದು ನುಡಿದಾಗ ಅವಳ ಧ್ವನಿಯಲ್ಲಿ ಒಂದು ಮೌನ ಸಂಕಲ್ಪವಿತ್ತು.

ಸಿರಿಯ ಕೈ ಹಿಡಿದು ಶಾಲೆಯತ್ತ ನಡೆಯುವಾಗ, ಗೌರಿಯ ಎದೆಯಲ್ಲಿ ಹಳೆಯ ನೆನಪುಗಳು ಒಮ್ಮೆಲೆ ಸುಳಿದುಹೋದವು. ತಾನು ಶಾಲೆಗೆ ಹೋಗಲು ಪಟ್ಟ ಪಾಡು, ತಮ್ಮನ ಫೀಸು ಕಟ್ಟಲು ಪಂಚಾಯಿತಿಯಲ್ಲಿ ಅನುಭವಿಸಿದ ಅವಮಾನ ಎಲ್ಲವೂ ಕಣ್ಣ ಮುಂದೆ ಬಂದು ಹೋದವು. ಆದರೆ ಇಂದು ಅವಳು ಹಸಿದ ಹೊಟ್ಟೆಯ, ದಿಕ್ಕಿಲ್ಲದ ಗೌರಿಯಾಗಿರಲಿಲ್ಲ. ಅವಳೀಗ ತನ್ನ ಕಾಲ ಮೇಲೆ ನಿಂತ, ತನ್ನ ಬದುಕಿಗೆ ತಾನೇ ಒಡತಿಯಾದ ಶಕ್ತಿಶಾಲಿ ಹೆಣ್ಣು.

ಶಾಲೆಯ ಆವರಣ ಮಕ್ಕಳ ಕಲರವದಿಂದ ತುಂಬಿತ್ತು.ಹೆಡ್ ಮಾಸ್ಟರ್ ಕಛೇರಿಯಲ್ಲಿ ಕುಳಿತಿದ್ದ ರಾಮರಾಯರು, ಗೌರಿಯನ್ನು ಕಂಡು ಕುಳಿತುಕೊಳ್ಳಲು ಸನ್ನೆ ಮಾಡಿದರು. ಅವರು ಆ ಊರಿನಲ್ಲಿ

ಗೌರಿಯ ಪರಿಶ್ರಮವನ್ನು, ಅವಳ ಹೋಟೆಲ್‌ನ ಬೆಳವಣಿಗೆಯನ್ನು ಗಮನಿಸಿದವರಾಗಿದ್ದರು.

"ಬಾರಮ್ಮ ಗೌರಿ. ಮಗುವಿಗೆ ಒಂದನೇ ಕ್ಲಾಸಿಗೆ ಅಡ್ಮಿಷನ್ ಅಲ್ವಾ? ಫಾರ್ಮ್ ತುಂಬಿದ್ದೀರಾ?" ಎಂದು ಕೇಳಿದರು.

ಗೌರಿ ತುಂಬಿದ್ದ ಅರ್ಜಿಯನ್ನು ಮುಂದಿಟ್ಟಳು. ರಾಮರಾಯರು ಅದರ ಮೇಲೆ ಕಣ್ಣಾಡಿಸಿದರು. ಒಮ್ಮೆಲೆ ಅವರ ಕಣ್ಣುಗಳು 'ತಂದೆಯ ಹೆಸರು' ಎಂಬ ಕಾಲಂ ಬಳಿ ನಿಂತವು. ಅಲ್ಲಿ ಒಂದು ಅಡ್ಡಗೆರೆ (ಆಚ್ಛು) ಮಾತ್ರ ಎಳೆಯಲಾಗಿತ್ತು.

"ಗೌರಿ, ಇಲ್ಲಿ ತಂದೆಯ ಹೆಸರು ಖಾಲಿ ಬಿಟ್ಟಿದ್ದೀಯಲ್ಲಮ್ಮ. ಶಾಲೆಯ ರಿಜಿಸ್ಟರ್‌ನಲ್ಲಿ ದಾಖಲಾಗಬೇಕು. ನಾಳೆ ಯಾವುದಾದರೂ ಸರ್ಕಾರಿ ಸೌಲಭ್ಯ, ಸ್ಕಾಲರ್‌ಶಿಪ್ ಬರಬೇಕು ಅಂದರೆ ಇದು ಅಗತ್ಯ. ಸಮಾಜದ ದೃಷ್ಟಿಯಲ್ಲೂ..." ಎಂದು ರಾಮರಾಯರು ನಯವಾಗಿ, ಆದರೆ ಒಂದು ಸಾಮಾಜಿಕ ಎಚ್ಚರಿಕೆಯ ಧ್ವನಿಯಲ್ಲಿ ಹೇಳಿದರು.

ಗೌರಿಯ ಮುಖದಲ್ಲಿ ಯಾವುದೇ ಗಲಿಬಿಲಿ ಇರಲಿಲ್ಲ. ಅವಳು ಬಹಳ ಶಾಂತವಾಗಿ, ಆದರೆ ದೃಢವಾಗಿ ಉತ್ತರಿಸಿದಳು. "ಸರ್, ಅವಳಿಗೆ ಅಪ್ಪ ಇಲ್ಲ, ತಾಯಿ ಮಾತ್ರ. ನನ್ನ ಹೆಸರೇ ಅವಳ ವಿಳಾಸ. ಸೌಲಭ್ಯ ಇಲ್ಲದಿದ್ದರೂ ಪರವಾಗಿಲ್ಲ, ಆದರೆ ಇಲ್ಲದ ಸಂಬಂಧವನ್ನು ಬರೆದು, ನನ್ನ ಮಗಳ ತಲೆಗೆ ಆ ಹೆಸರಿನ ಹಂಗಿನ ಭಾರ ಕಟ್ಟಲು ನನಗೆ ಇಷ್ಟವಿಲ್ಲ. ಆ ಕಾಲಂನಲ್ಲಿ 'ತಾಯಿಯೇ ಪೋಷಕಿ' ಅಂತ ಬರೆದುಕೊಳ್ಳಿ."

ರಾಮರಾಯರು ಅವಳ ಕಣ್ಣಲ್ಲಿದ್ದ ಛಲವನ್ನು ನೋಡಿದರು. ಸಮಾಜದ ಕಟ್ಟುಪಾಡುಗಳನ್ನು ಮೀರಿ ನಿಂತ ಆ ಹೆಣ್ಣಿನ ಎದುರು, ಆ ಶಾಲೆಯ ರಿಜಿಸ್ಟರಿನ ನಿಯಮಗಳು ಸಣ್ಣದಾಗಿ ಕಂಡವು. ತಂದೆಯಿಲ್ಲದ ಮಗುವೆಂಬ ಕೀಳರಿಮೆ ಆ ಮಗುವಿಗೆ ಬರಬಾರದೆಂಬ ತಾಯಿಯ ಹಠ ಅವರಿಗೆ ಅರ್ಥವಾಯಿತು. ಅವರು ಮರುಮಾತನಾಡದೆ, ತಮ್ಮ ಪೆನ್ನಿನಿಂದ 'ತಾಯಿಯೇ ಪೋಷಕಿ' ಎಂದು ಬರೆದು, ಸಿರಿಯ ತಲೆ ಸವರಿದರು. "ಒಳ್ಳೆ ವಿದ್ಯಾರ್ಥಿನಿ ಆಗ್ತಾಳೆ ನಿನ್ನ ಮಗಳು. ಹೋಗಿ ಕ್ಲಾಸಲ್ಲಿ ಕೂರಿಸು."

ಸಿರಿಯನ್ನು ತರಗತಿಯ ಬೆಂಚಿನ ಮೇಲೆ ಕೂರಿಸಿ ಹೊರಬರುವಾಗ, ಗೌರಿ ಒಂದು ಕ್ಷಣ ಕಿಟಕಿಯ ಮೂಲಕ ಮಗಳನ್ನು ನೋಡಿದಳು. ಮಗಳು ಹೊಸ ಸ್ನೇಹಿತರೊಡನೆ ನಗುತ್ತಿದ್ದಳು. ಗೌರಿಯ ಕಣ್ಣುಗಳಿಂದ ಒಂದು ಹನಿ ಆನಂದಭಾಷ್ಪ ಜಾರಿತು. ಅದು ಗೆಲುವಿನ ಕಣ್ಣೀರು.

ಇತ್ತ, ಗೌರಿಯ ಜೀವನವು ಸ್ವಾಭಿಮಾನದ ಹಾದಿಯಲ್ಲಿ ಮೇಲೆರುತ್ತಿದ್ದರೆ, ಅತ್ತ ಕುಂದಾಪುರದಲ್ಲಿ, ಬಸವಲಿಂಗಪ್ಪನವರ ಬಂಗಲೆಯಲ್ಲಿ ರವಿಯ ಬದುಕು ಅಕ್ಷರಶಃ ನರಕವಾಗಿತ್ತು.

ನ್ಯಾಯಾಲಯದಲ್ಲಿ ಡಿಎನ್ಎ ವರದಿಯ ಮೂಲಕ ದಕ್ಕಿದ ಸೋಲು, ರವಿಯ ಪ್ರತಿಷ್ಠೆಯನ್ನು ಮಾತ್ರವಲ್ಲ, ಬಸವಲಿಂಗಪ್ಪನವರ ಮನೆತನದ ಮರ್ಯಾದೆಯನ್ನೂ ಬೀದಿಗೆ ತಂದಿತ್ತು. ಊರಿನ ಜನರ ದೃಷ್ಟಿ ಬದಲಾಗಿತ್ತು. ದೇವಸ್ಥಾನದ ಕಟ್ಟೆಯ ಮೇಲೆ, ಟೀ ಅಂಗಡಿಯಲ್ಲಿ ರವಿಯನ್ನು ಕಂಡರೆ ಜನ ಪಿಸುಗುಟ್ಟುತ್ತಿದ್ದರು.

"ನೋಡ್ರಿ, ದೊಡ್ಡ ಸಾಹುಕಾರರ ಮಗ. ದರ್ಪದಿಂದ ಮೆರಿತಿದ್ದ. ಕೊನೆಗೆ ಒಂದು ಬಡ ಹುಡುಗಿಯ ಎದುರು ಕೋರ್ಟ್‌ನಲ್ಲಿ ತಲೆ ತಗ್ಗಿಸಿ ಬಂದ. ಗಂಡಸು ಅನ್ನಿಸಿಕೊಳ್ಳೋಕೂ ನಾಲಾಯಕ್."

ಈ ಮಾತುಗಳು ರವಿಯ ಕಿವಿಗೆ ಬಿದ್ದಾಗಲೆಲ್ಲಾ, ಅವನಿಗೆ ಭೂಮಿ ಬಾಯಿ ಬಿಡಬಾರದೇ ಎನಿಸುತ್ತಿತ್ತು. ಸಮಾಜದ ಈ ಕುಹಕದ ನಗು ಅವನನ್ನು ಮನೆಯಿಂದ ಹೊರಬರದಂತೆ ಮಾಡಿತ್ತು. ಅವನು ತನ್ನದೇ ಮನೆಯ ನಾಲ್ಕು ಗೋಡೆಗಳ ನಡುವೆ ಬಂಧಿಯಾಗಿದ್ದ.

ಬಸವಲಿಂಗಪ್ಪನವರಿಗೆ ಇದು ಸಹಿಸಲಾಗದ ಅವಮಾನವಾಗಿತ್ತು. ಊರಿನ ಮುಂದೆ ಕಳೆದುಕೊಂಡ ಮರ್ಯಾದೆಯನ್ನು ಮತ್ತೆ ಕಟ್ಟಿಕೊಳ್ಳಲು, ಅವರು ತರಾತುರಿಯಲ್ಲಿ ಒಂದು ನಿರ್ಧಾರಕ್ಕೆ ಬಂದರು. ತಮ್ಮದೇ ಅಂತಸ್ತಿನ, ಪರಿಚಯದ ಕುಟುಂಬವೊಂದರ ಹುಡುಗಿ ಸುಮಾಳನ್ನು ತಂದು ರವಿಗೆ ಮದುವೆ ಮಾಡಿದರು. ರವಿಗೆ ಇದರಲ್ಲಿ ಯಾವ ಆಸಕ್ತಿಯೂ ಇರಲಿಲ್ಲ. ಅವನ ಮನಸ್ಸಿನಲ್ಲಿ ಇನ್ನೂ ಗೌರಿಯ ನೆನಪುಗಳೇ ತುಂಬಿದ್ದವು, ಆದರೆ ತಂದೆಯ ಎದುರು ನಿಲ್ಲುವ ಧೈರ್ಯ ಅವನಿಗೆ ಅಂದೂ ಇರಲಿಲ್ಲ, ಇಂದೂ ಇರಲಿಲ್ಲ.

ಮದುವೆಯಾದ ಒಂದು ವರ್ಷದ ನಂತರ ಸುಮಾ ಒಂದು ಹೆಣ್ಣು ಮಗುವಿಗೆ ಜನ್ಮ ನೀಡಿದಳು. ಆ ಮಗುವಿಗೆ 'ವಿದ್ಯಾ' ಎಂದು ಹೆಸರಿಟ್ಟರು. ಸುಮಾ ಶ್ರೀಮಂತ ಮನೆತನದವಳು, ತುಸು ಮುಂಗೋಪಿ ಮತ್ತು ನೇರ ನುಡಿಯವಳು. ಗಂಡನೆಂದರೆ

ಆಸರೆಯಾಗಿರಬೇಕು, ಗೌರವದಿಂದ ಬದುಕಬೇಕು ಎಂಬ ನಿರೀಕ್ಷೆ ಅವಳಿಗಿತ್ತು.

ಆದರೆ, ರವಿಯ ಮನಸ್ಥಿತಿಯಲ್ಲಿ ಯಾವ ಬದಲಾವಣೆಯೂ ಇರಲಿಲ್ಲ. ಕೋರ್ಟ್ ಸೋಲಿನ ನಂತರ ಅವನು ಆಟೋ ಓಡಿಸುವುದನ್ನು ಬಿಟ್ಟಿದ್ದ. ತಂದೆಯ ಭಯದಿಂದ ವ್ಯಾಪಾರಕ್ಕೂ ಕೈ ಹಾಕುತ್ತಿರಲಿಲ್ಲ. ಬೆಳಿಗ್ಗೆ ಏಳುವುದು, ಉಣ್ಣುವುದು, ಮತ್ತು ಮನೆಯ ಪಡಸಾಲೆಯಲ್ಲಿ ಕುಳಿತು ಬೀಡಿ ಸೇದುತ್ತಾ ಶೂನ್ಯವನ್ನು ದಿಟ್ಟಿಸುವುದು ಇದೇ ಅವನ ದಿನಚರಿಯಾಗಿತ್ತು.

ಬಸವಲಿಂಗಪ್ಪನವರದು ದೊಡ್ಡ ಅವಿಭಕ್ತ ಕುಟುಂಬ. ರವಿಯ ಅಣ್ಣಂದಿರು ಮತ್ತು ಅವರ ಹೆಂಡತಿಯರೂ ಅದೇ ಮನೆಯಲ್ಲಿದ್ದರು. ತೋಟ, ಗದ್ದೆ, ವ್ಯಾಪಾರ ಎಲ್ಲವನ್ನೂ ಅಣ್ಣಂದಿರೇ ನೋಡಿಕೊಳ್ಳುತ್ತಿದ್ದರು. ರವಿ ಹೀಗೆ ಮನೆಯಲ್ಲಿ ಕೂತು ಉಣ್ಣುವುದು ಅವರಿಗಾಗಲೀ, ಅವರ ಪತ್ನಿಯರಿಗಾಗಲೀ ಸಹಿಸಿಕೊಳ್ಳಲಾಗಲಿಲ್ಲ.

ಒಂದು ದಿನ ಮಧ್ಯಾಹ್ನ. ಅಡುಗೆಮನೆಯಲ್ಲಿ ಸುಮಾ ಮತ್ತು ಅವಳ ಅತ್ತಿಗೆ (ರವಿಯ ಅಣ್ಣನ ಹೆಂಡತಿ) ನಡುವೆ ದೊಡ್ಡ ಜಗಳವೇ ಶುರುವಾಯಿತು.

"ಹೌದು, ನಾವೇನು ಈ ಮನೇಲಿ ಕೂಲಿ ಮಾಡೋಕೆ ಬಂದಿದ್ದೀವಾ? ನಮ್ಮ ಗಂಡಂದಿರು ಬಿಸಿಲಲ್ಲಿ ಬೆವರು ಸುರಿಸಿ ದುಡಿತಾರೆ. ನಿಮ್ಮವ್ರು ಮಾತ್ರ ಮಹಾರಾಜರ ಹಾಗೆ ಕಾಲು ಮೇಲೆ ಕಾಲು ಹಾಕಿಕೊಂಡು ಕೂತು ಉಣ್ಣೋದಾ?" ಅತ್ತಿಗೆಯ ಧ್ವನಿ ಇಡೀ ಮನೆಗೆ ಕೇಳಿಸುವಂತಿತ್ತು.

ಸುಮಾ ಕೂಡ ಸುಮ್ಮನಿರಲಿಲ್ಲ. "ಯಾಕೆ ಉಣ್ಣಬಾರದು? ಅವರಪ್ಪನ ಆಸ್ತಿ, ಅವರಿಗೆ ಹಕ್ಕಿದೆ. ನಿಮಗೇನು ಬಂತು ಹೊಟ್ಟೆ ಉರಿ?"

"ಅಪ್ಪನ ಆಸ್ತಿ! ಹೋಗಿ ಊರವರನ್ನ ಕೇಳು ನಿನ್ನ ಗಂಡನ ಯೋಗ್ಯತೆ ಏನು ಅಂತ. ಒಂದು ಬಡ ಹುಡುಗಿಗೆ ಅನ್ಯಾಯ ಮಾಡಿ, ಊರ ಮುಂದೆ ನಮ್ಮ ಮಾನ ಕಳೆದ. ಈಗ ಕೆಲಸಕ್ಕೂ ಬಾರದವನಾಗಿ ಮನೆಯಲ್ಲೇ ಬಿದ್ದಿದ್ದಾನೆ ದಂಡಪಿಂಡ! ಇಂಥ ಹೇಡಿಯ ಜೊತೆ ನೀನು ಹೆಂಗೆ ಸಂಸಾರ ಮಾಡ್ತೀಯೇ?" ಅತ್ತಿಗೆ ಅರಚಿದಳು.

ಈ ಮಾತುಗಳು ನೇರವಾಗಿ ಚಾವಡಿಯಲ್ಲಿ ಕುಳಿತಿದ್ದ ರವಿಯ ಕಿವಿಗೆ ಬಿದ್ದವು. ಸುಮಾ ಕಣ್ಣೀರು ಹಾಕುತ್ತಾ ಹೊರಬಂದಳು. ಅವಳು ರವಿಯ ಕಡೆ ನೋಡಿದಳು. 'ನನ್ನ ಗಂಡ ನನಗಾಗಿ ನಿಲ್ಲುತ್ತಾನೆ, ನನ್ನ ಪರವಾಗಿ ಮಾತನಾಡುತ್ತಾನೆ' ಎಂಬ ನಿರೀಕ್ಷೆ ಅವಳ ಕಣ್ಣಲ್ಲಿತ್ತು.

ರವಿ ಎದ್ದು ನಿಂತ. ಆದರೆ ಅವನ ಕಾಲುಗಳು ಮುನ್ನಡೆಯಲಿಲ್ಲ. ಅಣ್ಣನ, ಅಪ್ಪನ ಎದುರು ಮಾತನಾಡುವ ಧೈರ್ಯ ಅವನಲ್ಲಿರಲಿಲ್ಲ. "ಸುಮಾ... ಸುಮ್ನಿರು, ಯಾಕೆ ಅವರ ಜೊತೆ ಜಗಳ ಮಾಡ್ತೀಯಾ? ಒಳಗೆ ನಡಿ," ಎಂದು ತಗ್ಗು ದನಿಯಲ್ಲಿ ಹೇಳಿ, ಅಲ್ಲಿಂದ ಜಾರಿಕೊಳ್ಳಲು ನೋಡಿದ.

ಸುಮಾಳ ತಾಳ್ಮೆಯ ಕಟ್ಟೆ ಒಡೆಯಿತು. ಅವಳ ಕಣ್ಣುಗಳಲ್ಲಿ ಈಗ ಕಣ್ಣೀರಿನ ಬದಲು ಬೆಂಕಿ ಇತ್ತು. "ನೀವು... ನೀವು ಮನುಷ್ಯನೇ ಅಲ್ಲ!

ಆ ಅತ್ತಿಗೆ ನನ್ನನ್ನ ಇಷ್ಟೆಲ್ಲಾ ಬೈತಿದ್ರೂ, ಒಂದು ಮಾತು ಹೇಳೋ ಯೋಗ್ಯತೆ ಇಲ್ಲ ನಿಮಗೆ? ಕೇವಲ ಅನ್ನ ತಿಂದು ಬದುಕೋ ಪ್ರಾಣಿ ನೀವು. ಊರವರು ಹೇಳೋದು ಅಕ್ಷರಶಃ ಸತ್ಯ. ನೀವು ಒಬ್ಬ ಹೇಡಿ!" ಅವಳು ಆಕ್ರೋಶದಿಂದ ಕಿರುಚಿದಳು.

ರವಿ ಅವಳ ಮುಖ ನೋಡಲಾಗದೆ ತಲೆ ತಗ್ಗಿಸಿದ.

"ಇಂಥ ಹೇಡಿಯ ಜೊತೆ ಬದುಕೋದಕ್ಕಿಂತ, ಒಬ್ಬಳೇ ಬದುಕೋದು ಮೇಲು. ನಿಮ್ಮ ಈ ಚಿನ್ನದ ಪಂಜರ, ಈ ದುಡ್ಡು ನನಗೇನೂ ಬೇಡ. ನನಗೆ ಗೌರವ ಇಲ್ಲದ ಜಾಗದಲ್ಲಿ ನಾನಿರಲ್ಲ," ಎಂದು ಹೇಳಿದ ಸುಮಾ, ಒಳಗೆ ಹೋಗಿ ತನ್ನ ಬಟ್ಟೆಗಳನ್ನು ಗಂಟು ಕಟ್ಟಿದಳು. ಪುಟ್ಟ ಮಗು ವಿದ್ಯೆಯನ್ನು ಎತ್ತಿಕೊಂಡಳು.

ರವಿ ಬಾಗಿಲ ಬಳಿ ಬಂದು, "ಸುಮಾ... ಬೇಡ, ಪ್ಲೀಸ್..." ಎಂದು ಅಸಹಾಯಕತೆಯಿಂದ ಬೇಡಿಕೊಂಡ, ಆದರೆ ಅವಳನ್ನು ತಡೆಯುವ ಶಕ್ತಿ ಅವನಲ್ಲಿರಲಿಲ್ಲ.

"ದಾರಿ ಬಿಡಿ! ಅಂದು ಆ ಗೌರಿಗೆ ಮೋಸ ಮಾಡಿದ್ರಿ, ಇಂದು ನಿಮ್ಮ ಹೇಡಿತನದಿಂದ ನನಗೆ ಮೋಸ ಮಾಡ್ತಿದ್ದೀರಾ. ನಿಮ್ಮ ಜೊತೆ ಇದ್ರೆ ನನ್ನ ಮಗಳೂ ನಿಮ್ಮ ಹಾಗೇ ಹೇಡಿಯಾಗ್ತಾಳೆ," ಎಂದು ಹೇಳಿ ಸುಮಾ ಮಗುವಿನೊಡನೆ ಆ ಮನೆಯಿಂದ, ಅವನ ಬದುಕಿನಿಂದ ಶಾಶ್ವತವಾಗಿ ಹೊರನಡೆದಳು.

ಕೆಲವು ದಿನಗಳ ನಂತರ. ರವಿಯ ಹೆಸರಿಗೆ ಒಂದು ರಿಜಿಸ್ಟರ್ಡ್ ಅಂಚೆ ಬಂತು. ಅದು ಸುಮಾಳ ಕಡೆಯಿಂದ ಬಂದಿದ್ದ ವಿಚ್ಛೇದನದ ನೋಟೀಸ್. ಅದನ್ನು ಕೈಯಲ್ಲಿ ಹಿಡಿದ ರವಿಯ ಕೈಗಳು

ನಡುಗುತ್ತಿದ್ದವು. ಅವನ ಸುತ್ತಲೂ ಆ ದೊಡ್ಡ ಬಂಗಲೆಯ ಗೋಡೆಗಳು ಆವರಿಸಿದ್ದವು, ಆದರೆ ಒಳಗಡೆ ಸಂಪೂರ್ಣ ಶೂನ್ಯವಿತ್ತು.

ರಾತ್ರಿಯ ಕತ್ತಲು. ರವಿಯ ಕೋಣೆಯಲ್ಲಿ ಬೆಳಕಿರಲಿಲ್ಲ. ಅವನು ಕುರ್ಚಿಯ ಮೇಲೆ ಕುಸಿದು ಕುಳಿತಿದ್ದ. ಕೈಯಲ್ಲಿ ವಿಚ್ಛೇದನದ ನೋಟೀಸ್. ಅವನೊಳಗಿನ ಆಂತರಿಕ ಏಕಾಲಾಪ ಶುರುವಾಯಿತು.

*'ಹೇಡಿ... ಹೌದು, ನಾನು ಹೇಡಿ. ನನ್ನ ಇಡೀ ಬದುಕು ಭಯದ ತಳಹದಿಯ ಮೇಲೆಯೇ ನಿಂತಿದೆ. ಅಪ್ಪನ ಕೋಪಕ್ಕೆ ಹೆದರಿ, ನನ್ನನ್ನು ಪ್ರಾಣಕ್ಕಿಂತ ಹೆಚ್ಚಾಗಿ ಪ್ರೀತಿಸಿದ ಗೌರಿಯನ್ನು ಬೀದಿಗೆ ತಳ್ಳಿದೆ. ಅವಳ ಹೊಟ್ಟೆಯಲ್ಲಿದ್ದ ನನ್ನದೇ ರಕ್ತವನ್ನು ನಿರಾಕರಿಸಿದೆ. ಅಣ್ಣನ ಅಧಿಕಾರಕ್ಕೆ ಹೆದರಿ, ನನ್ನನ್ನೇ ನಂಬಿ ಬಂದ ಹೆಂಡತಿ ಸುಮಾಳನ್ನು ರಕ್ಷಿಸಲಾಗಲಿಲ್ಲ. ಸಮಾಜಕ್ಕೆ ಹೆದರಿ ನಾಲ್ಕು ಗೋಡೆಯ ಮಧ್ಯೆ ಬಂಧಿಯಾದೆ.

ಏನಿದೆ ನನ್ನ ಬಳಿ ಈಗ? ದುಡ್ಡು? ಆಸ್ತಿ? ಬಸವಲಿಂಗಪ್ಪನವರ ಮಗ ಎಂಬ ಖಾಲಿ ಪ್ರತಿಷ್ಠೆ? ಈ ಬಂಗಲೆ ಈಗ ನನಗೊಂದು ಸ್ಮಶಾನದಂತೆ ಕಾಣುತ್ತಿದೆ. ಗೌರಿ... ಅವಳ ಬಳಿ ಏನೂ ಇರಲಿಲ್ಲ. ಆದರೆ ಅವಳು ಎದೆಗುಂದಲಿಲ್ಲ. ಮಳೆಯಲ್ಲಿ ಅನಾಥಳಾಗಿ ನಡೆದರೂ ಅವಳು ಹೆದರಲಿಲ್ಲ. ಅವಳು ತನ್ನ ಮಗುವಿಗಾಗಿ ಇಡೀ ಸಮಾಜವನ್ನೇ ಎದುರು ಹಾಕಿಕೊಂಡಳು. ಎಷ್ಟೇ ತುಳಿದರೂ ಸಾಯದೆ ಮತ್ತೆ ಚಿಗುರುವ ಗರಿಕೆ ಅವಳು. ನಾನೋ? ಚಿನ್ನದ ಕುಂಡದಲ್ಲಿ ಬೆಳೆದರೂ ಬಾಡಿ ಹೋದ ಕಳೆ.

ನಾನು ಕಳೆದುಕೊಂಡದ್ದು ಕೇವಲ ಇಬ್ಬರು ಹೆಂಡತಿಯರನ್ನಲ್ಲ; ನನ್ನ ಎರಡು ಮಕ್ಕಳನ್ನು. ನನ್ನ ಸ್ವಂತ ರಕ್ತ ನನ್ನಿಂದ ದೂರವಾಗಿ ಬೆಳೆಯುತ್ತಿದೆ. ನನ್ನ ಹೇಡಿತನವೇ ನನ್ನನ್ನು ಈ ಮಟ್ಟಕ್ಕೆ ತಂದಿದೆ. ಗೌರಿಯ ಶಾಪ ತಟ್ಟಿತೋ, ಅಥವಾ ನನ್ನದೇ ಕರ್ಮ ನನ್ನನ್ನು ಸುಡುತ್ತಿದೆಯೋ? ಗೊತ್ತಿಲ್ಲ... ಆದರೆ ಈ ಮುಳ್ಳಿನ ಹಾಸಿಗೆಯ ಮೇಲೆ ನಾನು ನರಳಿ ಸಾಯುವುದು ಮಾತ್ರ ಸತ್ಯ.'*

ಕತ್ತಲೆಯಲ್ಲಿ ಅವನ ಕಣ್ಣೀರು ಯಾರಿಗೂ ಕಾಣಲಿಲ್ಲ. ಹೊರಗೆ ಮಳೆ ಜೋರಾಗುತ್ತಿತ್ತು. ಅದೇ ಮಳೆ, ಎಲ್ಲೋ ದೂರದಲ್ಲಿರುವ ಗೌರಿಯ ನವಜೀವನಕ್ಕೆ ನೀರೆರೆಯುತ್ತಿದ್ದರೆ, ಇಲ್ಲಿ ರವಿಯ ಅಹಂಕಾರ ಮತ್ತು ಅಸ್ತಿತ್ವವನ್ನು ಕೊಚ್ಚಿಕೊಂಡು ಹೋಗುತ್ತಿತ್ತು. ವಿಧಿ ತನ್ನ ಲೆಕ್ಕಾಚಾರವನ್ನು ಬಹಳ ನಿಖರವಾಗಿ ಬರೆದಿತ್ತು.

***

ದಿನಗಳು ಉರುಳುತ್ತಿದ್ದವು. ಸಿರಿ ಈಗ ಮೂರನೇ ತರಗತಿಗೆ ಬಂದಿದ್ದಳು. ಅವಳ ಬುದ್ಧಿ ಚುರುಕಾಗಿತ್ತು, ಆಟ-ಪಾಠಗಳಲ್ಲಿ ಸದಾ ಮುಂದಿರುತ್ತಿದ್ದಳು. ಆದರೆ, ಶಾಲೆಯೆಂಬುದು ಕೇವಲ ಅಕ್ಷರ ಕಲಿಯುವ ಜಾಗವಾಗಿರಲಿಲ್ಲ; ಅದು ಸಮಾಜದ ಸಣ್ಣ ರೂಪವೂ ಹೌದು. ಅಲ್ಲಿ ಮುಗ್ಧತೆಯ ಜೊತೆಗೆ, ದೊಡ್ಡವರಿಂದ ಕಲಿತ ಕ್ರೌರ್ಯವೂ ಕೆಲವೊಮ್ಮೆ ಮಕ್ಕಳ ಮೂಲಕ ಹೊರಹೊಮ್ಮುತ್ತಿತ್ತು.

ಒಂದು ಸಂಜೆ ಸಿರಿ ಶಾಲೆಯಿಂದ ಹಿಂದಿರುಗಿದಾಗ ಅವಳ ಮುಖ ಬಾಡಿತ್ತು. ಜಡೆ ಬಿಚ್ಚಿಹೋಗಿತ್ತು, ಕಣ್ಣುಗಳು ಅತ್ತು ಕೆಂಪಾಗಿದ್ದವು. ಅಂಗಡಿಯಲ್ಲಿ ದೋಸೆ ಹಿಟ್ಟು ರುಬ್ಬುತ್ತಿದ್ದ ಗೌರಿ,

ಮಗಳ ಈ ಸ್ಥಿತಿ ಕಂಡು ಗಾಬರಿಯಿಂದ ಕೈತೊಳೆದುಕೊಂಡು ಓಡಿಬಂದಳು.

"ಏನಾಯ್ತು ಕಂದಾ? ಯಾರಾದ್ರೂ ಹೊಡೆದ್ರಾ? ಮೇಷ್ಟ್ರು ಬೈದ್ರಾ?" ಎಂದು ಆತಂಕದಿಂದ ಕೇಳಿದಳು.

ಸಿರಿ ತನ್ನ ಬ್ಯಾಗನ್ನು ನೆಲಕ್ಕೆಸೆದು, ತಾಯಿಯ ಎದೆಗೆ ಮುಖ ಹುದುಗಿಸಿ ಬಿಕ್ಕಿ ಬಿಕ್ಕಿ ಅಳತೊಡಗಿದಳು. "ಅಮ್ಮಾ... ಎಲ್ಲರಿಗೂ ಅಪ್ಪ ಇದ್ದಾರೆ. ಸ್ಕೂಲಿಗೆ ಅವರಪ್ಪ ಬಂದು ಕರ್ಕೊಂಡು ಹೋಗ್ತಾರೆ. ನನ್ನ ಫ್ರೆಂಡ್ಸ್ ಕೇಳ್ತಾರೆ, 'ನಿನ್ನಪ್ಪ ಯಾರು? ಯಾಕೆ ಯಾವತ್ತೂ ಬರಲ್ಲ?' ಅಂತ. ನಾನು ಏನು ಹೇಳ್ಲಿ ಅಮ್ಮಾ? ನನ್ನಪ್ಪ ಯಾರು? ಅವರ ಹೆಸರೇನು?"

ಈ ಪ್ರಶ್ನೆ ಒಂದು ದಿನ ಬಂದೇ ಬರುತ್ತದೆ ಎಂದು ಗೌರಿಗೆ ತಿಳಿದಿತ್ತು. ಆದರೆ ಇಷ್ಟು ಬೇಗ, ಇಷ್ಟು ತೀಕ್ಷ್ಣವಾಗಿ ಬರುವುದೆಂದು ಅವಳು ಎಣಿಸಿರಲಿಲ್ಲ. ಗೌರಿಯ ಎದೆಯೊಳಗೆ ಹಳೆಯ ಗಾಯವೊಂದು ಒಡೆದು ರಕ್ತ ಸುರಿಯುವಂತಾಯಿತು. ಅವಳು ಒಂದು ಕ್ಷಣ ಮೌನವಾದಳು.

"ಹೇಳಮ್ಮಾ... ನನ್ನಪ್ಪ ಯಾರು?" ಸಿರಿ ಹಠ ಹಿಡಿದಳು.

ಗೌರಿ ಮಗಳನ್ನು ತನ್ನಿಂದ ಸ್ವಲ್ಪ ದೂರ ಸರಿಸಿ, ಅವಳ ಕಣ್ಣಲ್ಲಿ ಕಣ್ಣಿಟ್ಟು ನೋಡಿದಳು. ಅವಳ ಕಣ್ಣೀರು ಒರೆಸಿದಳು. "ಸಿರಿ, ಅಪ್ಪ ಅಂದ್ರೆ ಯಾರು ಗೊತ್ತಾ? ಯಾರು ಬೆರಳು ಹಿಡಿದು ನಡೆಸುತ್ತಾರೋ, ಯಾರು ಕಷ್ಟ ಬಂದಾಗ ಬೆನ್ನಿಗೆ ನಿಲ್ಲುತ್ತಾರೋ ಅವರು ಅಪ್ಪ. ನಿನಗೆ ಅಂಥ ಅಪ್ಪ ಇಲ್ಲ ಕಂದಾ."

"ಆದ್ರೆ ಹೆಸರಾದ್ರೂ ಇರುತ್ತಲ್ವಾ ಅಮ್ಮಾ?" ಸಿರಿಯ ಮುಗ್ಧ ಹಠ ಮುಂದುವರೆಯಿತು.

ಗೌರಿ ಆಳವಾಗಿ ಉಸಿರು ಬಿಟ್ಟಳು. ಸತ್ಯವನ್ನು ಮುಚ್ಚಿಡುವುದರಲ್ಲಿ ಅರ್ಥವಿಲ್ಲ ಎಂದು ಅವಳಿಗೆ ಅನ್ನಿಸಿತು. ಆದರೆ ಆ ಸತ್ಯವನ್ನು ಅವಳ ಎಳೆಯ ಮನಸ್ಸಿಗೆ ಹೇಗೆ ದಾಟಿಸುವುದು?

"ಕೇಳು ಸಿರಿ," ಗೌರಿಯ ಧ್ವನಿ ಈಗ ಗಂಭೀರವಾಗಿತ್ತು. "ನಿನಗೆ ಜನ್ಮ ಕೊಟ್ಟವನ ಹೆಸರು 'ರವಿ'. ಆದರೆ ಆ ಹೆಸರು ನಮಗೆ ಯಾವತ್ತೋ ಸತ್ತುಹೋಗಿದೆ. ಅವನು ಕೇವಲ ಒಂದು ನೆರಳು, ಆಕಾರವಿದೆಯೇ ಹೊರತು ಜೀವವಿಲ್ಲದ ನೆರಳು. ಅವನು ನಮಗೆ ಬೇಕಾಗಿಲ್ಲ."

ಸಿರಿ ಅರ್ಥವಾಗದೆ ಕಣ್ಣು ಮಿಟುಕಿಸಿದಳು. "ಅಂದ್ರೆ... ನನಗೆ ಅಪ್ಪ ಇಲ್ವಾ?"

ಗೌರಿ ಮಗಳ ಹಣೆಗೆ ಮುತ್ತಿಟ್ಟಳು. "ಯಾರು ಹೇಳಿದ್ದು ಇಲ್ಲ ಅಂತ? ನಿನ್ನನ್ನ ಕಲ್ಲು ಮುಳ್ಳಿನ ಹಾದಿಯಲ್ಲಿ ಕಾಪಾಡಿಕೊಂಡು ಬಂದ ಈ ಸ್ವಾಭಿಮಾನ ಇದೆಯಲ್ಲ, ಅದೇ ನಿನ್ನಪ್ಪ. ನಿನಗೆ ಆಸರೆಯಾಗಿ ನಿಂತ ಈ ಒರಟು ಕೈಗಳೇ ನಿನ್ನಪ್ಪ. ನಾಳೆಯಿಂದ ಯಾರಾದ್ರೂ ನಿನ್ನಪ್ಪ ಯಾರು ಅಂತ ಕೇಳಿದ್ರೆ, ಎದೆತಟ್ಟಿ ಹೇಳು: 'ನನ್ನಪ್ಪನ ಹೆಸರು ಧೈರ್ಯ, ನನ್ನಮ್ಮನ ಹೆಸರು ಗೌರಿ' ಅಂತ. ಹೋಗು, ಈಗ ಮುಖ ತೊಳ್ಕೋ."

ಸಿರಿಗೆ ತಾಯಿಯ ಮಾತಿನ ಆಳ ಸಂಪೂರ್ಣವಾಗಿ ಅರ್ಥವಾಗದಿದ್ದರೂ, ಆ ಧ್ವನಿಯಲ್ಲಿದ್ದ ಶಕ್ತಿ ಅವಳ ಅಳುವನ್ನು

ನಿಲ್ಲಿಸಿತು. ತಾಯಿಯ ಕಣ್ಣಲ್ಲಿದ್ದ ಛಲವನ್ನು ನೋಡಿ ಅವಳಿಗೂ ಧೈರ್ಯ ಬಂತು. ಅವಳು ತಲೆಯಾಡಿಸಿ, ಮುಖ ತೊಳೆಯಲು ಓಡಿದಳು. ಗೌರಿ ಮತ್ತೆ ಒರಳುಕಲ್ಲಿನತ್ತ ತಿರುಗಿದಳು; ಅವಳ ಕೈಗಳು ಈಗ ಮತ್ತಷ್ಟು ವೇಗವಾಗಿ ತಿರುಗುತ್ತಿದ್ದವು.

ಇತ್ತ ರವಿಯಮನೆಯಲ್ಲಿ ಕತ್ತಲು ಮತ್ತಷ್ಟು ದಟ್ಟವಾಗುತ್ತಿತ್ತು.

ಸುಮಾ ಮನೆ ಬಿಟ್ಟು ಹೋದ ನಂತರ ರವಿ ಸಂಪೂರ್ಣವಾಗಿ ಒಂಟಿಯಾಗಿದ್ದ. ಅವನ ದಿನಚರಿ ಈಗ ಕೇವಲ ಮದ್ಯದ ಬಾಟಲಿಯ ಸುತ್ತ ಸುತ್ತುತ್ತಿತ್ತು. ದೇಹ ಸೊರಗಿತ್ತು, ಕಣ್ಣುಗಳು ಗುಳಿಬಿದ್ದಿದ್ದವು. ಒಮ್ಮೆ ಊರಿನಲ್ಲಿ ಗತ್ತಿನಿಂದ ನಡೆಯುತ್ತಿದ್ದ ಆಟೋ ಚಾಲಕ ರವಿ, ಈಗ ತನ್ನದೇ ಮನೆಯ ಕೋಣೆಯಲ್ಲಿ ಹೆದರಿ ಮುದುರಿಕೊಂಡಿದ್ದ ಪ್ರಾಣಿಯಂತಾಗಿದ್ದ.

ದಿನಗಳು ಕಳೆದಂತೆ ಬಸವಲಿಂಗಪ್ಪನವರ ಆರೋಗ್ಯ ಕ್ಷೀಣಿಸತೊಡಗಿತು. ತಮ್ಮ ಮರ್ಯಾದೆಗಾಗಿ ಅವರು ಕಟ್ಟಿದ್ದ ಸುಳ್ಳಿನ ಕೋಟೆ, ಕಣ್ಣ ಮುಂದೆಯೇ ಕುಸಿಯುತ್ತಿರುವುದನ್ನು ನೋಡುವ ಶಕ್ತಿ ಅವರಿಗಿರಲಿಲ್ಲ. ರವಿಯ ಹೇಡಿತನ ಅವರನ್ನು ಕೊರೆಯುತ್ತಿತ್ತು. ಒಂದು ದಿನ ರಾತ್ರಿ, ತೀವ್ರವಾದ ಎದೆನೋವಿನಿಂದ ಬಳಲಿದ ಬಸವಲಿಂಗಪ್ಪ, ಆಸ್ಪತ್ರೆಗೆ ತಲುಪುವ ಮುನ್ನವೇ ಪ್ರಾಣ ಬಿಟ್ಟರು.

ಅವರ ಸಾವು ಆ ಮನೆಗೊಂದು ದೊಡ್ಡ ಆಘಾತವಾಗಿತ್ತು. ಅಹಂಕಾರ ಮತ್ತು ಹಣದ ಬಲದಿಂದ ಊರನ್ನೇ ಆಳಿದ್ದ ಮನುಷ್ಯ, ಕೊನೆಗೆ ಒಂದು ಹಿಡಿ ಬೂದಿಯಾದ. ರವಿ ತನ್ನ ತಂದೆಯ ಚಿತೆಯ ಮುಂದೆ ನಿಂತು ಕಣ್ಣೀರು ಹಾಕಿದ. ಅವನ ಕಣ್ಣೀರು ತಂದೆಯ

ಮೇಲಿನ ಪ್ರೀತಿಗಿಂತ, ತನ್ನ ಏಕೈಕ ರಕ್ಷಣಾ ಕವಚ ಕುಸಿದು ಬಿದ್ದ ಭೀತಿಯಿಂದ ಬಂದಂತಿತ್ತು.

ಬಸವಲಿಂಗಪ್ಪನವರ ಹನ್ನೆರಡನೇ ದಿನದ ಕಾರ್ಯ ಮುಗಿದ ಮರುದಿನವೇ ಮನೆಯ ಬಣ್ಣ ಬದಲಾಯಿತು.

ಬೆಳಿಗ್ಗೆ ರವಿ ತನ್ನ ಕೋಣೆಯಿಂದ ಹೊರಬಂದು ಚಾವಡಿಯಲ್ಲಿ ಕೂತಿದ್ದ. ಅವನ ತಲೆ ಭಾರವಾಗಿತ್ತು. ಅಷ್ಟರಲ್ಲಿ ಅವನ ಅಣ್ಣಂದಿರು ಮತ್ತು ಅವರ ಪತ್ನಿಯರು ಅಲ್ಲಿಗೆ ಬಂದರು. ರವಿಯ ದೊಡ್ಡಣ್ಣ, ಪ್ರಕಾಶ್, ರವಿಯ ಮುಂದೆ ಬಂದು ನಿಂತ. ಅವನ ಕಣ್ಣುಗಳಲ್ಲಿ ರಕ್ತಸಂಬಂಧದ ಯಾವ ಮಮತೆಯೂ ಇರಲಿಲ್ಲ.

"ಏನೋ, ಎದ್ದು ಬಂದ್ಯಾ? ಇನ್ಮೇಲೆ ಈ ಮನೆಯಲ್ಲಿ ನಿನಗೆ ಜಾಗ ಇಲ್ಲ," ಪ್ರಕಾಶ್ ನೇರವಾಗಿ, ಕಟುವಾಗಿ ಹೇಳಿದ.

ರವಿ ಆಘಾತದಿಂದ ಅಣ್ಣನ ಮುಖ ನೋಡಿದ. "ಅಣ್ಣಾ... ಏನ್ ಹೇಳ್ತಿದೀಯಾ?"

"ಸರಿಯಾಗೇ ಹೇಳ್ತಿದೀನಿ. ಅಪ್ಪ ಇದ್ದಷ್ಟು ದಿನ ನಿನ್ನನ್ನ ಸಾಕಿದ್ರು, ಅವರ ಮರ್ಯಾದೆಗೋಸ್ಕರ. ಈಗ ಅವರು ಇಲ್ಲ. ನೀನು ದುಡಿಯಲ್ಲ, ಮನೇಲಿ ಹೆಂಡತೀನಾ ಉಳಿಸ್ಕೊಳ್ಳೋ ಯೋಗ್ಯತೆ ನಿನಗಿಲ್ಲ. ಊರವರ ಮುಂದೆ ನಮ್ಮ ಮರ್ಯಾದೆ ಕಳೀತಿರೋ ದೊಡ್ಡ ದಂಡಪಿಂಡ ನೀನು. ಇನ್ಮೇಲೆ ನಿನ್ನ ಕುಡುಕತನಕ್ಕೆ, ನಿನ್ನ ಸೋಮಾರಿತನಕ್ಕೆ ನಾವ್ಯಾರೂ ದುಡ್ಡು ಹಾಕಲ್ಲ. ಎದ್ದು ಆಚೆ ನಡಿ," ಪ್ರಕಾಶ್ ಗರ್ಜಿಸಿದ.

"ಇದು... ಇದು ಅಪ್ಪನ ಆಸ್ತಿ ಅಣ್ಣಾ, ನನಗೂ ಪಾಲು ಇದೆ," ರವಿ ತೊದಲುತ್ತಾ ಹೇಳಿದ.

ರವಿಯ ಅತ್ತಿಗೆ ವ್ಯಂಗ್ಯವಾಗಿ ನಕ್ಕಳು. "ಆಸ್ತಿ ಕೇಳ್ತಾನಂತೆ ಹೇಡಿ! ಹೋಗಿ ಕೋರ್ಟಲ್ಲಿ ಕೇಸ್ ಹಾಕು, ಆ ನಿನ್ನ ಗೌರಿ ಹಾಕಿದ್ಲಲ್ಲ ಹಂಗೆ. ನೋಡೋಣ ಯಾರು ಗೆಲ್ತಾರೆ ಅಂತ. ನಿನ್ನ ಪಾಲು ಏನಿತ್ತೋ ಅದನ್ನೇ ಅಪ್ಪ ಆ ಸುಮಾಳಿಗೆ ಜೀವನಾಂಶ ಅಂತ ಬರೆದುಕೊಟ್ಟು ಹೋಗಿದ್ದಾರೆ. ಈಗ ನೀನೊಬ್ಬ ಭಿಕಾರಿ. ಮರ್ಯಾದೆಯಿಂದ ಹೊರಗೆ ಹೋಗು, ಇಲ್ಲಾಂದ್ರೆ ಕೆಲಸದವರನ್ನ ಕರೆದು ಹೊರಗೆ ಹಾಕಿಸ್ತೀವಿ."

ರವಿಗೆ ಆಕಾಶವೇ ತಲೆಮೇಲೆ ಬಿದ್ದಂತಾಯಿತು. ತಂದೆಯ ಆಶ್ರಯದಲ್ಲಿ, ಹಣದ ಮದದಲ್ಲಿ ಅವನು ಬದುಕಿನ ವಾಸ್ತವವನ್ನು ಮರೆತಿದ್ದ. ಈಗ ಅವನ ಬಳಿ ಏನೂ ಇರಲಿಲ್ಲ. ಹಣವಿಲ್ಲ, ಅಧಿಕಾರವಿಲ್ಲ, ಸಂಬಂಧಗಳಿಲ್ಲ. ಅವನು ಮೆಲ್ಲನೆ ಎದ್ದು ನಿಂತ. ಅವನ ಕಾಲುಗಳು ನಡುಗುತ್ತಿದ್ದವು. ಅವನು ತನ್ನ ಕೋಣೆಗೆ ಹೋಗಿ ಬಟ್ಟೆ ತರಲು ಮುಂದಾದ.

"ಏಯ್, ಬಟ್ಟೆ ತರೋಕೆ ಅಂತ ಎಲ್ಲಿಗೆ ಹೋಗ್ತಿದೀಯಾ? ನಿನ್ನ ಮೈಮೇಲೆ ಇರೋ ಬಟ್ಟೆನೂ ನಾವು ದುಡಿದು ತಂದಿದ್ದು. ಹಾಗೇ ಹೊರಗೆ ನಡಿ," ಪ್ರಕಾಶ್ ದಾರಿ ತಡೆದ.

ರವಿ ಕಣ್ಣೀರು ಹಾಕುತ್ತಾ ಕೈ ಮುಗಿದ. "ಅಣ್ಣಾ, ಹೀಗೆ ಮಾಡ್ಬೇಡ... ನಾನು ಎಲ್ಲಿಗೆ ಹೋಗ್ಲಿ?"

ಯಾವ ಕರುಣೆಯೂ ಅಲ್ಲಿರಲಿಲ್ಲ. ರವಿಯನ್ನು ಅಕ್ಷರಶಃ ಕುತ್ತಿಗೆ ಪಟ್ಟಿ ಹಿಡಿದು ಮನೆಯಿಂದ ಹೊರಗೆ ನೂಕಿದರು. ದೊಡ್ಡ ಕಬ್ಬಿಣದ ಗೇಟು ಅವನ ಹಿಂದೆ 'ಢಮ್' ಎಂದು ಮುಚ್ಚಿಕೊಂಡಿತು.

ಬಿಸಿಲಲ್ಲಿ, ಬರಿಗಾಲಿನಲ್ಲಿ, ಹರಿದ ಬಟ್ಟೆಯಲ್ಲಿ ರವಿ ಬೀದಿಯಲ್ಲಿ ನಿಂತಿದ್ದ. ಆ ರಸ್ತೆ ಅವನಿಗೆ ಚಿರಪರಿಚಿತ. ಒಂದು ಕಾಲದಲ್ಲಿ ಆಟೋ ಡ್ರೈವರ್ ಆಗಿ ಗತ್ತಿನಿಂದ ತಿರುಗಾಡಿದ್ದ ರಸ್ತೆ ಅದು. ಆದರೆ ಇಂದು, ಅವನು ಆ ರಸ್ತೆಯ ಪಾಲಿನ ಕಸವಾಗಿದ್ದ.

ಅವನು ತಲೆ ತಗ್ಗಿಸಿ ನಡೆಯತೊಡಗಿದ. ಊರಿನ ಜನ ತಮ್ಮ ಅಂಗಡಿಗಳಿಂದ, ಮನೆಗಳ ಕಟ್ಟೆಯಿಂದ ಅವನನ್ನು ನೋಡುತ್ತಿದ್ದರು. ಯಾರ ಕಣ್ಣಲ್ಲೂ ಮರುಕವಿರಲಿಲ್ಲ. ಬಡವರ ಕಣ್ಣೀರು ಕುಡಿದು ಬೆಳೆದ ಶ್ರೀಮಂತಿಕೆ ಮಣ್ಣಾಗುವುದನ್ನು ಅವರು ಮೌನವಾಗಿ ಸಂಭ್ರಮಿಸುತ್ತಿದ್ದರು.

"ನೋಡ್ರಿ, ದೇವ್ರು ಅನ್ನೋನು ಒಬ್ಬ ಇದಾನೆ. ಆ ಪಾಪದ ಹುಡುಗಿ ಗೌರಿನ ನಡುನೀರಲ್ಲಿ ಕೈ ಬಿಟ್ಟ, ಇವತ್ತು ಸ್ವಂತ ಅಣ್ಣಂದಿರೇ ಇವನನ್ನ ಬೀದಿಗೆ ತಳ್ಳಿದ್ರು," ಒಬ್ಬ ಟೀ ಅಂಗಡಿಯವನು ಜೋರಾಗಿಯೇ ಹೇಳಿದ.

"ಕರ್ಮ ಬಿಡುತ್ತಾ? ಇವನ ಅಹಂಕಾರಕ್ಕೆ ಇದೇ ಸರಿಯಾದ ಶಾಸ್ತಿ," ಇನ್ನೊಬ್ಬ ತಲೆಯಾಡಿಸಿದ.

ಆ ಮಾತುಗಳು ರವಿಯ ಕಿವಿಗೆ ಈಟಿಯಂತೆ ಚುಚ್ಚುತ್ತಿದ್ದವು. ಆದರೆ ಅವನಿಗೆ ಕೋಪ ಬರಲಿಲ್ಲ, ಬದಲಾಗಿ ಅಸಹಾಯಕತೆ ಕಾಡಿತು. ಅಂದು ಮಧ್ಯರಾತ್ರಿ ಗೌರಿ ಇದೇ ರೀತಿ, ಮಳೆಯ

ಕತ್ತಲಿನಲ್ಲಿ, ತುಂಬು ಗರ್ಭಿಣಿಯಾಗಿ ಒಂಟಿಯಾಗಿ ನಡೆದಿದ್ದಳು. ಅವಳಿಗಿದ್ದದ್ದು ಕೇವಲ ಸತ್ಯದ ಬಲ ಮತ್ತು ಸ್ವಾಭಿಮಾನ. ಆದರೆ ಇಂದು ರವಿಯ ಬಳಿ ಸತ್ಯವೂ ಇರಲಿಲ್ಲ, ಮರ್ಯಾದೆಯೂ ಇರಲಿಲ್ಲ.

***

"ಕಾಲಕ್ಕಿರುವ ತಾಳ್ಮೆ ಮನುಷ್ಯನಿಗಿಲ್ಲ; ಅದು ಕಲ್ಲನ್ನು ಮಣ್ಣಾಗಿಸುತ್ತದೆ, ಮಣ್ಣನ್ನು ಹೂವಾಗಿಸುತ್ತದೆ, ಮತ್ತೆ ಹೂವನ್ನು ಮಣ್ಣಾಗಿಸುತ್ತದೆ. ನಾವು ಕೇವಲ ಆ ಸುಳಿಯಲ್ಲಿ ಸಿಕ್ಕ ಎಲೆಗಳು."

ಹದಿನೈದು ವಸಂತಗಳುರುಳಿದ್ದವು.

ಉಡುಪಿಯ ಕಡಲತೀರದಲ್ಲಿ ಎಷ್ಟೋ ಅಲೆಗಳು ಬಂದು ಹೋಗಿದ್ದವು. ದೇವಸ್ಥಾನದ ಆವರಣದಲ್ಲಿ ಅಂದು ಸಣ್ಣದಾಗಿ ಆರಂಭವಾಗಿದ್ದ 'ಗೌರಿ ಉಪಾಹಾರ ಮಂದಿರ' ಇಂದು ಹೆಮ್ಮರವಾಗಿ ಬೆಳೆದಿತ್ತು. ಅದು ಕೇವಲ ಹೋಟೆಲ್ ಆಗಿರಲಿಲ್ಲ; ಅನ್ನದಾನದ ಕ್ಷೇತ್ರವಾಗಿತ್ತು. ಊರಿನ ಜನರಿಗೆ ಗೌರಿಯೆಂದರೆ ಕೇವಲ ಹೋಟೆಲ್ ಮಾಲಕಿ ಅಲ್ಲ, ಅವಳೊಬ್ಬ ಅನ್ನಪೂರ್ಣೆ.

ಗೌರಿಯ ಮುಖದಲ್ಲಿ ಈಗ ಯೌವನ ಮಾಯವಾಗಿ, ಪ್ರಬುದ್ಧತೆಯ ಗಾಂಭೀರ್ಯ ಆವರಿಸಿತ್ತು. ತಲೆಗೂದಲಲ್ಲಿ ಅಲ್ಲಲ್ಲಿ ಬೆಳ್ಳಿಯ ಗೆರೆಗಳು ಇಣುಕುತ್ತಿದ್ದವು. ಅವಳ ನಡಿಗೆಯಲ್ಲಿ ಒಂದು ಸ್ಥಿರತೆ ಇತ್ತು—ಬಿರುಗಾಳಿಯನ್ನು ಎದುರಿಸಿ ನಿಂತ ಮರದ ಹಾಗೆ. ಅವಳು ಈಗ ಮಾತನಾಡಿದ್ದು ಕಡಿಮೆ, ಕೆಲಸ ಮಾಡಿದ್ದೇ ಹೆಚ್ಚು. ಅವಳ ಮೌನವೇ ಅವಳ ಶಕ್ತಿಯಾಗಿತ್ತು.

ಸಿರಿ ಈಗ ಇಪ್ಪತ್ತರ ಹರೆಯದ ತರುಣಿ. ಹೋಟೆಲ್ ಮ್ಯಾನೇಜ್‌ಮೆಂಟ್ ಪದವಿ ಮುಗಿಸಿ, ತಾಯಿಯ ವ್ಯವಹಾರಕ್ಕೆ ಹೆಗಲು ಕೊಟ್ಟಿದ್ದಳು. ಅವಳಲ್ಲಿ ಗೌರಿಯ ಛಲವಿತ್ತು, ಆದರೆ ಗೌರಿಗಿದ್ದ ಅಂಜಿಕೆ ಇರಲಿಲ್ಲ. ಅವಳು ಆಧುನಿಕ ಜಗತ್ತಿನ ಮಗು. ಕಂಪ್ಯೂಟರ್ ಮುಂದೆ ಕುಳಿತು ಲೆಕ್ಕಾಚಾರ ಹಾಕುವ ಅವಳನ್ನು ಗೌರಿ ದೂರದಿಂದಲೇ ನೋಡಿ ಹೆಮ್ಮೆಪಡುತ್ತಿದ್ದಳು. "ನನ್ನ ಮಗಳು ನನಗಿಂತ ಗಟ್ಟಿಯಾಗಿದ್ದಾಳೆ. ಅವಳಿಗೆ ನನ್ನಂತೆ ತಲೆ ತಗ್ಗಿಸುವ ಪ್ರಮೇಯ ಬರಬಾರದು," ಎಂದು ಮನಸ್ಸಲ್ಲೇ ಹಾರೈಸುತ್ತಿದ್ದಳು.

ಒಂದು ದಿನ ಸಂಜೆ, ಹೋಟೆಲ್‌ನಲ್ಲಿ ವ್ಯಾಪಾರ ಜೋರಾಗಿತ್ತು. ಗೌರಿ ಕ್ಯಾಶ್ ಕೌಂಟರ್‌ನಲ್ಲಿ ಕುಳಿತಿದ್ದಳು. ಹೊರಗೆ ಮಳೆ ಸುರಿಯಲು ಆರಂಭಿಸಿತ್ತು. ಆ ಮಳೆ ಅವಳಿಗೆ ಹಳೆಯ ನೆನಪನ್ನು ಕೆದಕಿತು. ಅಂದು ತಾನು ಗರ್ಭಿಣಿಯಾಗಿ, ಮನೆ ಬಿಟ್ಟು ಓಡಿ ಬಂದ ರಾತ್ರಿ... ಅದೇ ಮಳೆ, ಅದೇ ಚಳಿ.

"ಅಮ್ಮಾ, ಏನ್ ಯೋಚನೆ ಮಾಡ್ತಿದೀಯಾ?" ಸಿರಿಯ ದನಿ ಗೌರಿಯನ್ನು ವರ್ತಮಾನಕ್ಕೆ ಎಳೆಯಿತು.

"ಏನಿಲ್ಲ ಮಗಳೇ, ಮಳೆ ಬಂದ್ರೆ ಹಳೇ ನೆನಪು..." ಗೌರಿ ನಕ್ಕು ಸುಮ್ಮನಾದಳು.

"ಹಳೇದನ್ನ ಮರೆತುಬಿಡು ಅಮ್ಮ. ಈಗ ನಾವು ಚೆನ್ನಾಗಿದ್ದೀವಿ. ನೋಡು, ಮುಂದಿನ ತಿಂಗಳು ಪಕ್ಕದ ಊರಲ್ಲಿ ಹೊಸ ಬ್ರಾಂಚ್ ಓಪನ್ ಮಾಡೋಣ ಅಂತಿದೀನಿ," ಸಿರಿ ಉತ್ಸಾಹದಿಂದ ಹೇಳಿದಳು.

ಗೌರಿ ಮಗಳ ಕೈ ಹಿಡಿದಳು. "ಆತುರ ಬೇಡ ಸಿರಿ. ಮರ ಎಷ್ಟು ಎತ್ತರ ಬೆಳೆಯುತ್ತೋ, ಬೇರು ಅಷ್ಟು ಆಳಕ್ಕೆ ಇಳಿಯಬೇಕು. ನಿಧಾನವಾಗಿ ಹೋಗೋಣ."

ಇತ್ತ, ರವಿಯ ಬದುಕು ನರಕದ ಅಂಚಿಗೆ ತಲುಪಿತ್ತು.

ಅಣ್ಣಂದಿರು ಮನೆಯಿಂದ ಹೊರಹಾಕಿದ ಮೇಲೆ, ರವಿ ಊರೂರು ಅಲೆದಿದ್ದ. ಆರಂಭದಲ್ಲಿ ಇದ್ದ ಅಹಂಕಾರ, ಹಸಿವಿನ ಮುಂದೆ ಕರಗಿ ನೀರಾಗಿತ್ತು. ಕುಂದಾಪುರದ ಸಾಹುಕಾರರ ಮಗ ಈಗ ಹೆಸರಿಲ್ಲದ ಅನಾಥ.

ಅವನ ಸ್ಥಿತಿ ನೋಡಿದರೆ ಎಂಥವರಿಗೂ ಅಸಹ್ಯ ಹುಟ್ಟುವಂತಿತ್ತು. ಮೈಮೇಲೆ ಹರಿದ ಬಟ್ಟೆ, ಜಡೆಗಟ್ಟಿದ ಕೂದಲು, ಗಡ್ಡದಲ್ಲಿ ಅಂಟಿಕೊಂಡ ಅನ್ನದ ಅಗುಳುಗಳು. ಅವನ ಬಲಗಾಲು ಮುರಿದು ವಕ್ರವಾಗಿತ್ತು. ಒಂದು ಕೋಲನ್ನು ಊರಿಕೊಂಡು ಅವನು ನಡೆಯುವಾಗ, ಆ ಕಾಲು 'ಕ್ಲಕ್... ಕ್ಲಕ್...' ಎಂದು ವಿಚಿತ್ರ ಶಬ್ದ ಮಾಡುತ್ತಿತ್ತು. ಅದು ಅವನ ಬದುಕಿನ ತಾಳ ತಪ್ಪಿದ ಲಯದಂತಿತ್ತು.

ರವಿ ಕೇವಲ ದೈಹಿಕವಾಗಿ ಸೋತಿರಲಿಲ್ಲ, ಮಾನಸಿಕವಾಗಿಯೂ ಕಳೆದುಹೋಗಿದ್ದ. ಅವನ ಮನಸ್ಸಿನಲ್ಲಿ ಭೂತಕಾಲ ಮತ್ತು ವರ್ತಮಾನದ ನಡುವಿನ ಗೆರೆ ಅಳಿಸಿಹೋಗಿತ್ತು. ಕೆಲವೊಮ್ಮೆ ಅವನು ರಸ್ತೆಯಲ್ಲಿ ನಿಂತು, ಇಲ್ಲದ ಆಟೋವನ್ನು ಓಡಿಸುವಂತೆ ಕೈಗಳನ್ನು ತಿರುಗಿಸುತ್ತಿದ್ದ.

"ಏಯ್... ಬಾಡಿಗೆ ಬೇಕಾ? ಬಾಡಿಗೆ... ಬಸ್ ಸ್ಟ್ಯಾಂಡ್ ಗೆ ಹತ್ತು ರೂಪಾಯಿ..." ಎಂದು ಗಾಳಿಗೆ ಹೇಳುತ್ತಿದ್ದ. ಜನ ಅವನನ್ನು ನೋಡಿ ನಗುತ್ತಿದ್ದರು, ಹುಚ್ಚ ಎಂದು ಕರೆಯುತ್ತಿದ್ದರು.

ಆದರೆ ಅವನ ಹುಚ್ಚಿನಲ್ಲೂ ಒಂದು ಸತ್ಯವಿತ್ತು. ಅವನು ಪ್ರೇಮಿಗಳನ್ನು ಕಂಡರೆ, ಗಂಡಸರನ್ನು ಕಂಡರೆ ವಿಚಿತ್ರವಾಗಿ ವರ್ತಿಸುತ್ತಿದ್ದ.

ಒಮ್ಮೆ ಒಂದು ಪಾರ್ಕ್‌ನಲ್ಲಿ ಯುವ ಜೋಡಿಯೊಂದು ಕುಳಿತಿತ್ತು. ರವಿ ಕುಂಟುತ್ತಾ ಅವರ ಬಳಿ ಹೋದ. ಹುಡುಗ ಅವನನ್ನು ನೋಡಿ, "ಹೋಗೊ ಆಚೆ, ಭಿಕಾರಿ!" ಎಂದು ಗದರಿದ.

ರವಿ ನಕ್ಕ. ಆ ನಗು ವಿಕಾರವಾಗಿತ್ತು. "ಭಿಕಾರಿ... ಹೌದು, ನಾನು ಭಿಕಾರಿ. ಆದ್ರೆ ನೀನು? ನೀನು ಸಾಹುಕಾರನಾ? ಪ್ರೀತಿ ಮಾಡೋಕೆ ಶ್ರೀಮಂತಿಕೆ ಬೇಕಿಲ್ಲಪ್ಪಾ, ಧೈರ್ಯ ಬೇಕು. ಧೈರ್ಯ ಇದೆಯಾ ನಿನಗೆ? ಇಲ್ಲಾಂದ್ರೆ ನನ್ನ ಥರ ಆಗ್ತೀಯಾ... ನೋಡು ನನ್ನನ್ನ!" ಎಂದು ತನ್ನ ಮುರಿದ ಕಾಲನ್ನು ತೋರಿಸಿದ.

ಹುಡುಗಿ ಭಯದಿಂದ ಹುಡುಗನ ಕೈ ಹಿಡಿದಳು. "ವಾಸು, ನಡಿ ಹೋಗೋಣ, ಇವನು ಹುಚ್ಚ," ಎಂದಳು.

"ಹುಚ್ಚ... ಹೌದು ತಾಯಿ, ನಾನು ಹುಚ್ಚ. ಆದ್ರೆ ನೀನು ಹುಷಾರು. ಇವನು ನಿನ್ನ ಕೈ ಬಿಡ್ತಾನೆ. ಆಗ ನೀನು ಒಂಟಿ. ಮಳೆಯಲ್ಲಿ ಒಂಟಿ..." ರವಿಯ ಕಣ್ಣಲ್ಲಿ ನೀರು ತುಂಬಿತು. ಅವನು ಅಲ್ಲಿಯೇ ಕುಳಿತು ಅಳಲಾರಂಭಿಸಿದ. "ಗೌರೀ... ಮಳೆ ಬರ್ತಿದೆ ಕಣೇ... ಕೊಡೆ ತಗೋ..."

ಅವನ ಅಲೆದಾಟ ಅವನನ್ನು ಎಲ್ಲಿಂದ ಎಲ್ಲಿಗೋ ಕರೆದೊಯ್ಯುತ್ತಿತ್ತು. ಹಸಿವು ಅವನ ಏಕೈಕ ಮಾರ್ಗದರ್ಶಿಯಾಗಿತ್ತು. ಕಸದ ತೊಟ್ಟಿಯಲ್ಲಿ ಬಿದ್ದ ಎಂಜಲು ಎಲೆಗಳನ್ನು ಎತ್ತಿ ನೆಕ್ಕುವಾಗ, ಅವನಿಗೆ ತನ್ನ ಹಳೆಯ ಬಂಗಲೆಯ ಊಟದ ಮೇಜು ನೆನಪಾಗುತ್ತಿರಲಿಲ್ಲ. ಅವನಿಗೆ ನೆನಪಾಗುತ್ತಿದ್ದುದು ಒಂದೇ ಗೌರಿ.

"ಗೌರಿ... ನನಗೆ ಹಸಿವಾಗ್ತಿದೆ..." ಎಂದು ಬಡಬಡಿಸುತ್ತಿದ್ದ.

ವರ್ಷಗಳುರುಳಿದಂತೆ ಅವನ ದೇಹ ಕೃಶವಾಯಿತು. ಚರ್ಮ ಸುಕ್ಕುಗಟ್ಟಿ, ಎಲುಬುಗಳು ಎದ್ದು ಕಾಣತೊಡಗಿದವು. ಅವನನ್ನು ನೋಡಿದರೆ ನಲವತ್ತರ ಪ್ರಾಯದವನು ಎಂದು ಹೇಳಲು ಸಾಧ್ಯವಿರಲಿಲ್ಲ; ಎಪ್ಪತ್ತರ ಮುದುಕನಂತೆ ಕಾಣುತ್ತಿದ್ದ.

ಒಂದು ದಿನ, ವಿಧಿ ಅವನನ್ನು ಉಡುಪಿಯ ಬೀದಿಗಳಿಗೆ ಕರೆತಂದಿತು. ಅವನು ನಡೆದು ಬಂದ ಹಾದಿ ಅವನಿಗೆ ಗೊತ್ತಿರಲಿಲ್ಲ. ಆದರೆ ಹಸಿವಿನ ಕರೆ ಅವನನ್ನು 'ಗೌರಿ ಉಪಾಹಾರ ಮಂದಿರ'ದ ಹಿಂಭಾಗದ ಗೇಟ್‌ಗೆ ತಂದು ನಿಲ್ಲಿಸಿತು. ಅಲ್ಲಿ ಅನ್ನದಾನ ನಡೆಯುತ್ತಿದೆ ಎಂದು ಯಾರೋ ಹೇಳಿದ್ದರು.

ಅವನು ಗೇಟ್ ಬಳಿ ನಿಂತು ನೋಡಿದ. ದೊಡ್ಡ ಸಾಲು. ಬಡವರು, ನಿರ್ಗತಿಕರು ತಟ್ಟೆ ಹಿಡಿದು ನಿಂತಿದ್ದರು. ಆ ಸಾಲಿನ ಕೊನೆಯಲ್ಲಿ, ಅವನು ತನ್ನ ಸರದಿಗಾಗಿ ಕಾಯುತ್ತಾ ನಿಂತ. ಅವನಿಗೆ ತಾನು ನಿಂತಿರುವುದು ಯಾರ ಬಾಗಿಲಲ್ಲಿ ಎಂದು ಗೊತ್ತಿರಲಿಲ್ಲ. ಅವನಿಗೆ ಬೇಕಾಗಿದ್ದುದು ಕೇವಲ ಒಂದು ತುತ್ತು ಅನ್ನ.

ಅವನ ಬಲಗಾಲಿನ ಗಾಯ ಉಲ್ಬಣಿಸಿತ್ತು. ಅದರಿಂದ ಕೀವು ಸೋರುತ್ತಿತ್ತು. ನೊಣಗಳು ಮುತ್ತುತ್ತಿದ್ದವು. ಪಕ್ಕದಲ್ಲಿದ್ದವರು ಮೂಗು ಮುಚ್ಚಿಕೊಂಡು ಸರಿದು ನಿಂತರು. ರವಿಗೆ ಅದಾವುದರ ಪರಿವೆಯೂ ಇರಲಿಲ್ಲ. ಅವನ ಕಣ್ಣುಗಳು ಕೇವಲ ಅನ್ನದ ಪಾತ್ರೆಯ ಮೇಲಿದ್ದವು.

ಒಳಗೆ, ಸಿರಿ ಅನ್ನ ಬಡಿಸಲು ಸಿದ್ಧಳಾಗುತ್ತಿದ್ದಳು. ಹೊರಗೆ, ತಂದೆ ಮಗಳ ಕೈಯಿಂದ ಅನ್ನ ಪಡೆಯಲು ಸಾಲಿನಲ್ಲಿ ನಿಂತಿದ್ದ.

ಕಾಲದ ಚಕ್ರ ಒಂದು ಸುತ್ತು ಪೂರ್ತಿಯಾಗಿತ್ತು. ರಾಜನಾಗಿದ್ದವನು ಭಿಕಾರಿಯಾಗಿದ್ದ. ದಾಸಿಯಾಗಿದ್ದವಳು ಅನ್ನದಾತೆಯಾಗಿದ್ದಳು. ಆದರೆ ಈ ಆಟದಲ್ಲಿ ಗೆದ್ದವರು ಯಾರು, ಸೋತವರು ಯಾರು? ಉತ್ತರ ಹೇಳಲು ಕಾಲಕ್ಕೂ ಸಾಧ್ಯವಿರಲಿಲ್ಲ.

***

ಮಧ್ಯಾಹ್ನದ ಬಿಸಿಲು ನೆತ್ತಿಯನ್ನು ಸುಡುತ್ತಿತ್ತು. 'ಗೌರಿ ಉಪಾಹಾರ ಮಂದಿರ'ದ ಹಿಂಭಾಗದ ಹಂಚಿನ ಮಾಡಿನ ಕೆಳಗೆ, ಬಿಸಿಲ ಝಳಕ್ಕೆ ತಂಪೆರಚುವಂತೆ ನೀರಿನ ಸಿಂಪಡಣೆ ಮಾಡಲಾಗಿತ್ತು. ಅನ್ನದಾನದ ಸರತಿ ಸಾಲಿನಲ್ಲಿ ಮೌನವಿತ್ತು; ಕೇವಲ ಹಸಿದ ಹೊಟ್ಟೆಯ ಸದ್ದು ಮಾತ್ರ ಅಲ್ಲಿ ಕೇಳಿಸುತ್ತಿತ್ತು. ಗಾಳಿಯಲ್ಲಿ ಬಿಸಿ ಬಿಸಿ ಅನ್ನ, ತರಕಾರಿ ಸಾಂಬಾರ್, ಮತ್ತು ಹುಣಸೆ ಗೊಜ್ಜಿನ ಘಮಲು ಹರಡಿತ್ತು. ಅದು ಕೇವಲ ಊಟದ ವಾಸನೆಯಾಗಿರಲಿಲ್ಲ, ಬದುಕಿನ ಭರವಸೆಯ ವಾಸನೆಯಾಗಿತ್ತು.

ಸಿರಿ, ತಾಯಿಯಂತೆಯೇ, ಅನ್ನದಾನದ ಉಸ್ತುವಾರಿಯನ್ನು ನೋಡಿಕೊಳ್ಳುತ್ತಿದ್ದಳು. ಅವಳ ಕೈಯಲ್ಲಿ ಅನ್ನದ ಬಕೆಟ್ ಇತ್ತು.

ಹಣೆಯ ಮೇಲೆ ಇಳಿಯುತ್ತಿದ್ದ ಬೆವರ ಹನಿಗಳನ್ನು ಆಗಾಗ ಸೆರಗಿನಿಂದ ಒರೆಸಿಕೊಳ್ಳುತ್ತಾ, ಪ್ರತಿಯೊಬ್ಬರಿಗೂ ನಗುತ್ತಲೇ ಬಡಿಸುತ್ತಿದ್ದಳು. ಅವಳ ನಗು ಹಸಿದವರಿಗೆ ಉಪ್ಪಿನಕಾಯಿಯಂತೆ ರುಚಿಸುತ್ತಿತ್ತು.

ಸಾಲಿನ ಕೊನೆಯಲ್ಲಿ ರವಿ ಕುಳಿತಿದ್ದ. ಅವನ ಬಲಗಾಲು ವಿಪರೀತ ನೋಯುತ್ತಿತ್ತು. ಕೀವುಗಟ್ಟಿದ ಗಾಯದ ಮೇಲೆ ನೊಣಗಳು ಮುತ್ತುತ್ತಿದ್ದವು. ಪಕ್ಕದಲ್ಲಿದ್ದವರು ಅಸಹ್ಯದಿಂದ ಸ್ವಲ್ಪ ದೂರ ಸರಿದು ಕುಳಿತಿದ್ದರು. ರವಿಗೆ ಅವಮಾನದ ಅರಿವಿರಲಿಲ್ಲ. ಅವನ ಕಣ್ಣುಗಳು ಕೇವಲ ಅನ್ನದ ಕಡೆಗಷ್ಟೇ ನೆಟ್ಟಿದ್ದವು. ಅವನ ಕೈ ನಡುಗುತ್ತಿತ್ತು.

ಸಿರಿ ಅವನ ಹತ್ತಿರ ಬಂದಳು. "ತಾತಾ, ತಟ್ಟೆ ಮುಂದೆ ಮಾಡಿ," ಎಂದು ಮೃದುವಾಗಿ ಹೇಳಿದಳು.

ಆ ಧ್ವನಿ... ಆ ದನಿ ರವಿಯ ಕಿವಿಗೆ ಅಪ್ಪಳಿಸಿದಾಗ, ಅವನ ಎದೆಯೊಳಗೆ ಏನೋ ಒಂದು ಮಿಂಚು ಹೊಳೆದಂತಾಯಿತು. ಅವನು ಮೆಲ್ಲಗೆ ತಲೆ ಎತ್ತಿ ನೋಡಿದ.

ಎದುರಿಗೆ ನಿಂತಿದ್ದವಳು ಸಿರಿ. ರವಿಯ ಮಂಜಾದ ಕಣ್ಣುಗಳಿಗೆ ಅವಳು ಯಾರೋ ದೇವತೆಯಂತೆ ಕಂಡಳು. ಅವಳ ಮುಖದಲ್ಲಿನ ಕರುಣೆ, ಆ ಮಂದಹಾಸ... ಅವನಿಗೆ ಎಲ್ಲೋ ನೋಡಿದ ನೆನಪು. 'ಗೌರಿ... ಗೌರಿ ಹೀಗೆ ಇರ್ತಿದ್ಲು...' ಎಂದುಕೊಂಡ. ಆದರೆ ಇವಳು ಯಾರು? ಗೌರಿಯ ತಂಗಿಯೇ? ಅಥವಾ ಮಗಳೇ? ಛೇ, ಇರಲಿಕ್ಕಿಲ್ಲ. ತಾನು ಅಂದು ಮಾಡಿದ ಪಾಪಕ್ಕೆ ಆ ಮಗು

ಉಳಿದಿರುತ್ತದೆಯೇ? ಉಳಿದಿದ್ದರೂ ಇಷ್ಟು ದೊಡ್ಡವಳಾಗಿ, ಇಷ್ಟು ದೊಡ್ಡ ಹೋಟೆಲ್ ನಡೆಸುವ ಯಜಮಾನತಿಯಾಗಿರುತ್ತಾಳೆ ಎಂದು ಊಹಿಸುವ ಶಕ್ತಿಯೂ ಅವನ ಮಂಕಾದ ಮಿದುಳಿಗೆ ಇರಲಿಲ್ಲ.

ಅವನಿಗೆ ಅವಳು ಕೇವಲ ಒಬ್ಬ ದಯಾಮಯಿ ಹುಡುಗಿ ಅಷ್ಟೇ.

ಸಿರಿ ಅವನನ್ನು ಗಮನಿಸಿದಳು. ಅವನ ಕೊಳೆ ಬಟ್ಟೆ, ಗಬ್ಬು ವಾಸನೆ, ಮತ್ತು ಮುರಿದ ಕಾಲು ಅವಳಲ್ಲಿ ಅಸಹ್ಯ ಮೂಡಿಸಲಿಲ್ಲ; ಬದಲಿಗೆ ಕರುಣೆ ಉಕ್ಕಿಸಿದವು. ಅವಳು ಬಗ್ಗಿ ಅವನ ತಟ್ಟೆಗೆ ಅನ್ನ ಹಾಕಿದಳು. "ಸಾಂಬಾರ್ ಬೇಕಾ?" ಎಂದು ಕೇಳಿದಳು. ರವಿ ಮಾತನಾಡಲಿಲ್ಲ. ಅವನ ಕಣ್ಣುಗಳಿಂದ ನೀರು ದ್ಧಾರಾಕಾರವಾಗಿ ಹರಿಯಲಾರಂಭಿಸಿತು. ಅನ್ನದ ತಟ್ಟೆಯ ಮೇಲೆ ಕಣ್ಣೀರು ಬಿತ್ತು. ಅದು ಉಪ್ಪಿನ ರುಚಿಯನ್ನು ಸೇರಿಸಿತೇ ಹೊರತು, ಹಸಿವನ್ನು ನೀಗಿಸಲಿಲ್ಲ.

ಸಿರಿಗೆ ಆಶ್ಚರ್ಯವಾಯಿತು. "ಯಾಕೆ ಅಳ್ತಿದ್ದೀರಾ? ಹಸಿವಾಗ್ತಿದ್ಯಾ? ತಗೊಳ್ಳಿ, ಎಷ್ಟು ಬೇಕಾದ್ರೂ ಊಟ ಮಾಡಿ," ಎಂದು ಸಾಂಬಾರ್ ಬಡಿಸಿದಳು.

ರವಿ ತನ್ನ ನಡುಗುವ ಕೈಯಿಂದ ಅನ್ನವನ್ನು ಕಲಸಲು ಪ್ರಯತ್ನಿಸಿದ. "ತಾಯಿ... ನೀನು ದೇವತೆ. ನನ್ನಂಥ ಪಾಪಿಗೆ ಅನ್ನ ಹಾಕ್ತಿದೀಯಲ್ಲ... ನಿನಗೆ ಒಳ್ಳೇದಾಗುತ್ತೆ," ಎಂದು ಗದ್ಗದಿತನಾಗಿ ಹೇಳಿದ. ಅವನಿಗೆ ತಾನು ಅನ್ನ ಪಡೆಯುತ್ತಿರುವುದು ತನ್ನದೇ ರಕ್ತದಿಂದ ಎಂಬ ಸತ್ಯದ ಅರಿವಿರಲಿಲ್ಲ. ವಿಧಿಯಾಟ ಎಂದರೆ ಇದೇ; ಹತ್ತಿರವಿದ್ದರೂ ಮೈಲಿಗಳಷ್ಟು ದೂರ.

ಸಿರಿ ನಕ್ಕಳು. "ಊಟ ಮಾಡಿ ತಾತಾ. ಪಾಪ, ಪುಣ್ಯ ಎಲ್ಲ ದೇವರಿಗೆ ಗೊತ್ತು. ನಮಗೇನು ಗೊತ್ತು?" ಎಂದು ಹೇಳಿ ಮುಂದಿನ ಸಾಲಿಗೆ ನಡೆದಳು.

ಅವಳು ಹೋಗುವುದನ್ನೇ ರವಿ ನೋಡುತ್ತಾ ಕುಳಿತ. ಅವನ ಅನ್ನ ಗಂಟಲಲ್ಲಿ ಇಳಿಯುತ್ತಿರಲಿಲ್ಲ. ಪ್ರತಿ ತುತ್ತೂ ಕಲ್ಲಾಗಿ ಪರಿಣಮಿಸಿತ್ತು. ಅವನು ಅಲ್ಲೇ ಕುಳಿತು, ಆ ಹುಡುಗಿಯನ್ನು ಕಣ್ಣು ತುಂಬಿಕೊಂಡ. ಅವಳಲ್ಲಿ ಗೌರಿಯ ಛಾಯೆ ಇತ್ತು. 'ಗೌರಿ... ನೀನು ಎಲ್ಲಿದ್ದರೂ ಚೆನ್ನಾಗಿರು...' ಎಂದು ಮನಸ್ಸಲ್ಲೇ ಅಂದುಕೊಂಡ.

ಊಟ ಮುಗಿದ ಮೇಲೆ, ರವಿ ಎದ್ದು ನಡೆಯಲು ಕಷ್ಟಪಡುತ್ತಿದ್ದ. ಸಿರಿ ಅದನ್ನು ಗಮನಿಸಿ, ಹೋಟೆಲ್‌ನ ಕೆಲಸದವನಾದ ರಮೇಶನನ್ನು ಕರೆದಳು. "ನೋಡು ರಮೇಶ್, ಆ ತಾತನ ಕಾಲಿಗೆ ತುಂಬಾ ಪೆಟ್ಟಾಗಿದೆ. ನಡೆಯೋಕೆ ಆಗ್ತಿಲ್ಲ. ನಮ್ಮ ಹಿಂದಿನ ಸ್ಟೋರ್ ರೂಮ್ ಖಾಲಿ ಇದೆಯಲ್ಲ, ಅಲ್ಲಿ ಒಂದು ಚಾಪೆ ಹಾಕಿ ಮಲಗಿಸು. ಡಾಕ್ಟರ್ ಬಂದ್ರೆ ತೋರಿಸೋಣ."

ರಮೇಶ್ ಬಂದು ರವಿಯ ಕೈ ಹಿಡಿದ. "ಬನ್ನಿ ಅಜ್ಜ, ಅಲ್ಲಿ ಮಲಗಿಕೊಳ್ಳಿ."

ರವಿ ಪ್ರತಿರೋಧಿಸಲಿಲ್ಲ. ಅವನಿಗೆ ಈಗ ಬದುಕಿನಲ್ಲಿ ಬೇರೆ ಗುರಿ ಇರಲಿಲ್ಲ. ಈ ಹೋಟೆಲ್‌ನ ನೆರಳಿನಲ್ಲಿ, ಕಡೆಯ ದಿನಗಳನ್ನು ಕಳೆಯುವುದೇ ಸಾಕು ಎಂದು ಅವನು ನಿರ್ಧರಿಸಿದ್ದ.

ಅವನನ್ನು ಸ್ಟೋರ್ ರೂಮಿನ ಕತ್ತಲ ಮೂಲೆಗೆ ಕರೆದೊಯ್ಯಲಾಯಿತು. ಅಲ್ಲಿ ಹಳೆಯ ಅಕ್ಕಿ ಚೀಲಗಳ ವಾಸನೆ ಇತ್ತು.

ರವಿ ಅಲ್ಲಿನ ನೆಲದ ಮೇಲೆ ಒರಗಿದ. ಹೊರಗೆ ಸಿರಿ ನಗುತ್ತಾ, ಗಿರಾಕಿಗಳ ಜೊತೆ ಮಾತನಾಡುತ್ತಾ ತನ್ನ ಕೆಲಸದಲ್ಲಿ ಮಗ್ನಳಾಗಿದ್ದಳು. ರವಿ ಆ ಕತ್ತಲ ಕೋಣೆಯಿಂದ ಅವಳ ದನಿಯನ್ನು ಮಾತ್ರ ಕೇಳಿಸಿಕೊಳ್ಳುತ್ತಿದ್ದ.

ಆ ರಾತ್ರಿ, ರವಿಗೆ ಜ್ವರ ಬಂತು. ಅವನ ದೇಹ ನಡುಗುತ್ತಿತ್ತು. ಆದರೆ ಮನಸ್ಸು ಶಾಂತವಾಗಿತ್ತು. ಅವನು ತನ್ನ ಹಳೆಯ ಚೀಲದಿಂದ ಒಂದು ಕಾಗದದ ಚೂರನ್ನು ತೆಗೆದ. ಅದರಲ್ಲಿ ಏನೋ ಗೀಚಲು ಪ್ರಯತ್ನಿಸಿದ. ಕೈಗಳು ನಡುಗುತ್ತಿದ್ದವು. ಕಣ್ಣು ಮಂಜಾಗಿತ್ತು.

"ಗೌರಿ... ನಾನು ಸೋತೆ. ನೀನು ಗೆದ್ದೆ. ಈ ಊರಿನ ಅನ್ನ ನನ್ನ ಋಣ ತೀರಿಸ್ತು. ಅಷ್ಟೇ ಸಾಕು."

ಅವನಿಗೆ ತಾನು ಬರೆದದ್ದು ಯಾರಿಗಾದರೂ ತಲುಪುತ್ತದೆಯೋ ಇಲ್ಲವೋ ಗೊತ್ತಿರಲಿಲ್ಲ ಚೀಟಿಯನ್ನು ಎದೆಗೆ ಅಪ್ಪಿಕೊಂಡು ಮಲಗಿದ. ಹೊರಗೆ ಮಳೆ ಮತ್ತೆ ಸುರಿಯಲಾರಂಭಿಸಿತ್ತು.

ಮುಂಜಾನೆಯ ಮಂಜು ಇನ್ನೂ ಕರಗಿರಲಿಲ್ಲ. ಸಮುದ್ರದ ಕಡೆಯಿಂದ ಬೀಸುತ್ತಿದ್ದ ತಣ್ಣನೆಯ ಗಾಳಿ, 'ಗೌರಿ ಉಪಾಹಾರ ಮಂದಿರ'ದ ಹಿಂಭಾಗದ ಹಳೆಯ ಸ್ಟೋರ್ ರೂಮಿನ ಹೆಂಚುಗಳ ನಡುವೆ ತೂರಿ ಬರುತ್ತಿತ್ತು. ಆ ಕತ್ತಲ ಕೋಣೆಯ ಮೂಲೆಯಲ್ಲಿ, ಹಳೆಯ ಚಾಪೆಯ ಮೇಲೆ ಮುದುರಿಕೊಂಡು ಮಲಗಿದ್ದ ರವಿಯ ದೇಹದಲ್ಲಿ ಈಗ ಜೀವದ ಸೆಲೆ ಇರಲಿಲ್ಲ. ಉಸಿರಾಟದ ಸದ್ದು ನಿಂತು, ನಿಗೂಢ ಮೌನ ಆವರಿಸಿತ್ತು.

ರಮೇಶ್ ಎಂದಿನಂತೆ ಕಸ ಗುಡಿಸಲು ಬಂದವನು, ರವಿಯ ಚಲನೆಯಿಲ್ಲದ ದೇಹ ಕಂಡು ಬೆಚ್ಚಿಬಿದ್ದ. "ಅಮ್ಮಾ... ಬನ್ನಿ ಇಲ್ಲಿ! ಆ ಅಜ್ಜ ಎದ್ದೇಳ್ತಿಲ್ಲ!" ಎಂದು ಕೂಗಿಕೊಂಡ.

ಅಡುಗೆ ಮನೆಯಲ್ಲಿ ದೋಸೆ ಹಿಟ್ಟು ಹಾಕುತ್ತಿದ್ದ ಗೌರಿ ಮತ್ತು ಲೆಕ್ಕ ಬರೆಯುತ್ತಿದ್ದ ಸಿರಿ, ಆತಂಕದಿಂದ ಓಡಿಬಂದರು. ಗೌರಿ ಬಾಗಿಲಲ್ಲಿ ನಿಂತು ಆ ದೇಹವನ್ನು ನೋಡಿದಳು. ಜಡೆಗಟ್ಟಿದ ತಲೆಗೂದಲು, ಮುಖವನ್ನು ಮುಚ್ಚಿದ್ದ ದಟ್ಟವಾದ ಗಡ್ಡ, ಒಣಗಿ ಕಡ್ಡಿಯಂತಾಗಿದ್ದ ದೇಹ. ಅವಳ ಕಣ್ಣಿಗೆ ಆತ ಕೇವಲ ಒಬ್ಬ ನಿರ್ಗತಿಕನಾಗಿ ಕಂಡನೇ ಹೊರತು, ತನ್ನ ಬಾಳಿನ ಪುಟಗಳಲ್ಲಿ ಕಳೆದುಹೋದ ಆ ಮುಖದ ಸಣ್ಣ ಸುಳಿವು ಕೂಡ ಸಿಗಲಿಲ್ಲ. ಕಾಲ ಮತ್ತು ಕರ್ಮಗಳು ಅವನ ರೂಪವನ್ನೇ ಅಳಿಸಿಹಾಕಿದ್ದವು.

"ಪಾಪ, ರಾತ್ರಿಯೇ ಪ್ರಾಣ ಹೋಗಿರಬೇಕು. ನೋವಿನಿಂದ ಮುಕ್ತಿ ಸಿಕ್ಕಿತು ಬಿಡು," ಗೌರಿ ನಿಟ್ಟುಸಿರು ಬಿಟ್ಟಳು. ಅವಳ ದನಿಯಲ್ಲಿ ಅಪರಿಚಿತ ಜೀವದ ಮೇಲಿನ ಸಹಜ ಅನುಕಂಪವಿತ್ತೇ ಹೊರತು, ಇನ್ನೇನೂ ಇರಲಿಲ್ಲ.

"ಪೊಲೀಸರಿಗೆ ತಿಳಿಸೋಣ ಅಮ್ಮ. ವಾರಸುದಾರರು ಯಾರಾದ್ರೂ ಇದ್ದಾರೇನೋ ನೋಡಲಿ," ಸಿರಿ ಫೋನ್ ತೆಗೆದುಕೊಂಡಳು.

ಸ್ವಲ್ಪ ಹೊತ್ತಿನಲ್ಲಿ ಠಾಣೆಯ ಜೀಪು ಬಂದು ನಿಂತಿತು. ಕಾನ್ಸ್ಟೇಬಲ್‌ಗಳು ಬಂದು ಪಂಚನಾಮೆ ನಡೆಸಿದರು. ರವಿಯ ಬಳಿ ಇದ್ದ ಹಳೆಯ, ಕೊಳೆಯಾದ ಬಟ್ಟೆಯ ಚೀಲವನ್ನು ಜಾಲಾಡಿದರು.

ಅದರಲ್ಲಿ ಎರಡು ಹಳೆಯ ಅಂಗಿ, ಒಂದು ನೀರಿನ ಬಾಟಲಿ, ಮತ್ತು ಪ್ಲಾಸ್ಟಿಕ್ ಕವರ್‌ನಲ್ಲಿ ಸುತ್ತಿಟ್ಟಿದ್ದ ಒಂದು ಹಳೆಯ ಪಾಕೆಟ್ ಡೈರಿ ಸಿಕ್ಕಿತು.

ಇನ್ಸ್‌ಪೆಕ್ಟರ್ ಆ ಡೈರಿಯ ಹಾಳೆಗಳನ್ನು ತಿರುವಿಹಾಕಿದರು. ಅಕ್ಷರಗಳು ಮಳೆನೀರಿಗೆ ನೆಂದು ಅಸ್ಪಷ್ಟವಾಗಿದ್ದವು. ಕೊನೆಯ ಪುಟದಲ್ಲಿ ಮಸುಕಾಗಿ ಕಾಣುತ್ತಿದ್ದ ಒಂದು ಫೋನ್ ನಂಬರ್ ಅವರ ಕಣ್ಣಿಗೆ ಬಿತ್ತು. ಅದರ ಪಕ್ಕ 'ಸುಮಾ' ಎಂದು ಗೀಚಿತ್ತು.

"ಯಾರೋ ಸಂಬಂಧಿಕರಿರಬೇಕು. ಅದೃಷ್ಟವಿದ್ದರೆ ಬಾಡಿ ತಗೊಂಡು ಹೋಗ್ತಾರೆ," ಎಂದು ಇನ್ಸ್‌ಪೆಕ್ಟರ್ ಆ ನಂಬರ್‌ಗೆ ಕರೆ ಮಾಡಿದರು.

ರಿಂಗ್ ಆಯಿತು. ಆ ಕಡೆಯಿಂದ ಹೆಂಗಸೊಬ್ಬರ ದನಿ ಬಂತು.

"ಹಲೋ, ಯಾರು?"

"ನಮಸ್ಕಾರ ಮೇಡಂ, ನಾವು ಉಡುಪಿ ಪೊಲೀಸ್ ಸ್ಟೇಷನ್ ಇಂದ. ಇಲ್ಲಿ ಒಬ್ಬರು ಅನಾಮಧೇಯ ವ್ಯಕ್ತಿ ತೀರಿಕೊಂಡಿದ್ದಾರೆ. ಅವರ ಡೈರಿಯಲ್ಲಿ ನಿಮ್ಮ ನಂಬರ್ ಇತ್ತು. ಸುಮಾರು ನಲವತ್ತು-ಐವತ್ತು ವರ್ಷ ಇರಬಹುದು..."

ಆ ಕಡೆಯಿಂದ ದೀರ್ಘ ಮೌನ. ನಂತರ ದನಿ ಕಠೋರವಾಯಿತು. "ಹೆಸರು ರವಿ ಅಂತಾನಾ?"

"ಗೊತ್ತಿಲ್ಲ ಮೇಡಂ, ಐಡಿ ಕಾರ್ಡ್ ಏನು ಇಲ್ಲ. ಬಲಗಾಲು ವಕ್ರವಾಗಿದೆ..."

"ಹೌದು, ಅವನೇ. ಅವನು ನಮಗೆ ಹದಿನೈದು ವರ್ಷಗಳ ಹಿಂದೆಯೇ ಸತ್ತುಹೋಗಿದ್ದಾನೆ ಸಾರ್. ಕುಡಿತ, ಸಾಲ, ಮಾನಹಾನಿ... ನಮಗೆ ಅವನಿಂದ ಆಗಿದ್ದು ಇಷ್ಟೇ. ಮನೆ ಬಿಟ್ಟು ಹೋದವನು ಅಲ್ಲೇ ಹೋದ. ನಮಗೂ ಅವನಿಗೂ ಯಾವ ಸಂಬಂಧವೂ ಇಲ್ಲ. ದಯವಿಟ್ಟು ಮತ್ತೆ ಫೋನ್ ಮಾಡಬೇಡಿ."

"ಅಲ್ಲ ಮೇಡಂ, ಶವ ಸಂಸ್ಕಾರಕ್ಕೆ..."

"ನಮಗೆ ಬೇಡ ಸಾರ್ ಆ ಶವ. ಅವನು ನಮಗೆ ಯಾರೂ ಅಲ್ಲ. ಮುನ್ಸಿಪಾಲಿಟಿಯವರ ಕೈಲೇ ಸುಡಿಸಿಬಿಡಿ," ಫೋನ್ ಕಟ್ ಆಯಿತು.

ಇನ್ಸ್‌ಪೆಕ್ಟರ್ ಫೋನ್ ಜೇಬಿಗಿಳಿಸಿ, ಅಸಹಾಯಕತೆಯಿಂದ ಗೌರಿಯ ಕಡೆ ನೋಡಿದರು. "ಕೇಳಿಸಿಕೊಂಡ್ರಲ್ಲಮ್ಮ? ಹೆಂಡತಿ ಅನ್ಸುತ್ತೆ, ಆದ್ರೆ ಶವ ನೋಡೋಕೂ ಅಸಹ್ಯ ಪಡ್ತಿದ್ದಾರೆ. ಇವನಿಗೆ ಈ ಭೂಮಿ ಮೇಲೆ ಯಾರೂ ಇಲ್ಲ. ಅನಾಥ ಶವ ಅಂತ ಸರ್ಕಾರಿ ಆಸ್ಪತ್ರೆಗೆ ಕಳಿಸಿದ್ರೆ, ಅಲ್ಲಿ ಪೋಸ್ಟ್ ಮಾರ್ಟಮ್ ಆಗಿ, ಎಲ್ಲೋ ಒಂದು ಹಳ್ಳದಲ್ಲಿ ಮಣ್ಣಾಗ್ತಾನೆ."

ಗೌರಿಗೆ ಸಂಕಟವಾಯಿತು. ಮನುಷ್ಯನಾಗಿ ಹುಟ್ಟಿದ ಮೇಲೆ, ಸಾಯುವಾಗಲಾದರೂ ಗೌರವ ಸಿಗಬೇಕಲ್ಲವೇ?

"ಬೇಡ ಸಾರ್. ಪಾಪ, ನಮ್ಮ ಹೋಟೆಲ್ ಊಟ ತಿಂದು, ನಮ್ಮ ಜಾಗದಲ್ಲೇ ಪ್ರಾಣ ಬಿಟ್ಟಿದ್ದಾರೆ. ಅನಾಥನಾಗಿ ಕಳಿಸಿ ಕೊಡುವುದು ಬೇಡ. ನಾವೇ ಸಂಸ್ಕಾರ ಮಾಡ್ತೀವಿ," ಗೌರಿ ನಿರ್ಧಾರ ಹೇಳಿದಳು.

ಇನ್ಸ್‌ಪೆಕ್ಟರ್ ತಲೆಯಾಡಿಸಿದರು. "ಒಳ್ಳೇದು ತಾಯಿ. ನಿಮ್ಮ ಪುಣ್ಯದ ಖಾತೆಗೆ ಸೇರುತ್ತೆ. ಈ ಹುಡುಗಿ... ನಿಮ್ಮ ಮಗಳಾ?" ಅವರು ಸಿರಿಯನ್ನು ನೋಡಿದರು.

"ಹೌದು ಸಾರ್."

"ನೋಡಮ್ಮ, ಗಂಡಸರು ಯಾರೂ ಇಲ್ಲ ಅನ್ನುತ್ತೆ. ನೀನೇ ಮುಂದೆ ನಿಂತು ಒಂದು ಕೊಳ್ಳಿ ಇಟ್ಟುಬಿಡು. ಕೊನೇ ಗಳಿಗೆಯಲ್ಲಿ ಅವನಿಗೆ ಅನ್ನ ಹಾಕಿದ್ದು ನೀವೇ ಅಲ್ವಾ? ನಿಮ್ಮ ಕೈಯಿಂದಲೇ ಮುಕ್ತಿ ಸಿಗಲಿ," ಎಂದರು.

ಸಿರಿ ತಾಯಿಯ ಕಡೆ ನೋಡಿದಳು. ಗೌರಿ ಒಪ್ಪಿಗೆಯಾಗಿ ಕಣ್ಮುಚ್ಚಿ ತೆರೆದಳು. "ಮಾಡು ಮಗಳೇ. ಧರ್ಮ ಕಾರ್ಯ ಇದು."

ಸಂಜೆ. ಸಮುದ್ರ ದಂಡೆಯ ಸ್ಮಶಾನ.

ಚಿತೆ ಸಿದ್ಧವಾಗಿತ್ತು. ರವಿಯ ಅನಾಥ ದೇಹ ಅದರ ಮೇಲೆ ಮಲಗಿತ್ತು. ಯಾರೆಂದು ತಿಳಿಯದ, ಹೆಸರೂ ಗೊತ್ತಿಲ್ಲದ ವ್ಯಕ್ತಿಗೆ, ಸ್ವಂತ ಮಗಳೇ ಅಗ್ನಿಸ್ಪರ್ಶ ಮಾಡಲು ನಿಂತಿದ್ದಳು. ವಿಧಿಯಾಟದ ಮುಂದೆ ಮನುಷ್ಯನ ಸಂಬಂಧಗಳೆಲ್ಲವೂ ಎಷ್ಟು ಗೌಣ ಎಂಬುದು ಅಲ್ಲಿ ಸಾಬೀತಾಗುತ್ತಿತ್ತು.

ಸಿರಿ ಕೈಯಲ್ಲಿ ಉರಿಯುವ ಕೊಳ್ಳಿ ಹಿಡಿದು, ಚಿತೆಯ ಮೂರು ಸುತ್ತು ಬಂದಳು. ಅವಳ ಮನಸ್ಸಿನಲ್ಲಿ ಆ ಕ್ಷಣ, "ಈ ಅಜ್ಜಂಗೆ ಸದ್ಗತಿ ಸಿಗಲಿ" ಎಂಬ ಪ್ರಾರ್ಥನೆ ಮಾತ್ರ ಇತ್ತು. ರಕ್ತದ ಸೆಳೆತವೋ ಅಥವಾ ಬರಿಯ ಮಾನವೀಯತೆಯೋ, ಅವಳ ಕಣ್ಣಂಚಿನಲ್ಲಿ ನೀರು ಜಿನುಗಿತ್ತು.

ಅವಳು ಚಿತೆಗೆ ಬೆಂಕಿ ಇಟ್ಟಳು.

ಒಣಗಿದ ಕಟ್ಟಿಗೆಗಳು ಧಗಧಗನೆ ಉರಿಯಲಾರಂಭಿಸಿದವು. ಬೆಂಕಿಯ ಜ್ವಾಲೆ ರವಿಯ ದೇಹವನ್ನು ಆವರಿಸಿತು. ಆ ಶಾಖಕ್ಕೆ, ಅವನ ಪಾಪ, ಪಶ್ಚಾತ್ತಾಪ, ಮತ್ತು ಅವನು ಹೊತ್ತು ತಿರುಗುತ್ತಿದ್ದ ನೋವು ಎಲ್ಲವೂ ಬೂದಿಯಾಗುತ್ತಿದ್ದವು.

ಅದೇ ಸಮಯದಲ್ಲಿ, ಸಮುದ್ರದ ಕಡೆಯಿಂದ ಜೋರಾದ ಗಾಳಿ ಬೀಸಿತು. ಸ್ಮಶಾನದ ಮೂಲೆಯಲ್ಲಿ ಅನಾಥವಾಗಿ ಬಿದ್ದಿದ್ದ ರವಿಯ ಆ ಹಳೆಯ ಬಟ್ಟೆ ಚೀಲದಿಂದ, ಅವನು ಹಿಂದಿನ ರಾತ್ರಿ ಬರೆದಿಟ್ಟಿದ್ದ ಆ ಕಾಗದದ ಚೂರು ಹೊರಗೆ ಹಾರಿ ಬಂತು.

ಸಿರಿ ತಕ್ಷಣ ಓಡಿ ಹೋಗಿ ಆ ಹಾರುವ ಕಾಗದವನ್ನು ಹಿಡಿದಳು. ಅದರಲ್ಲಿ ನಡುಗುವ ಕೈಬರಹದಲ್ಲಿ ಗೀಚಿದ್ದ ಅಕ್ಷರಗಳನ್ನು ಅವಳು ಓದಿದಳು: "ಗೌರಿ... ನಾನು ಸೋತೆ. ನೀನು ಗೆದ್ದೆ. ಈ ಊರಿನ ಅನ್ನ ನನ್ನ ಋಣ ತೀರಿಸ್ತು. ಅಷ್ಟೇ ಸಾಕು." ಆ ಅಕ್ಷರಗಳನ್ನು ನೋಡಿದಾಗ ಅವಳ ತಲೆಯಲ್ಲಿ ಮಿಂಚೊಂದು ಹೊಳೆಯಿತು. ಈ ಅನಾಥ, ಮುರುಕು ದೇಹದ ಮನುಷ್ಯ ಬೇರಾರೂ ಅಲ್ಲ, ತನ್ನ ತಾಯಿಗೆ ದ್ರೋಹ ಬಗೆದ ತನ್ನ ತಂದೆ 'ರವಿ' ಎಂಬ ಸತ್ಯ ಅವಳಿಗೆ ಅರಿವಾಯಿತು. ರಕ್ತದ ಸಂಬಂಧದ ವಿಚಿತ್ರ ಸೆಳೆತ ಅವಳನ್ನು ಒಮ್ಮೆ ನಡುಗುವಂತೆ ಮಾಡಿತು.

"ಏನದು ಸಿರಿ?" ಗೌರಿ ದೂರದಿಂದಲೇ ಕೇಳಿದಳು.

ಸಿರಿ ಒಂದು ಕ್ಷಣ ತಾಯಿಯ ಮುಖ ನೋಡಿದಳು. ಇಷ್ಟು ದಿನಗಳ ಕಾಲ ಕಷ್ಟಪಟ್ಟು, ತನ್ನೆಲ್ಲಾ ನೋವುಗಳನ್ನು ಮರೆತು ಹೊಸ

ಬದುಕು ಕಟ್ಟಿಕೊಂಡಿದ್ದ ತಾಯಿಗೆ, ಈ ಕಾಗದವನ್ನು ತೋರಿಸಿ ಮತ್ತೆ ಅವಳ ಹಳೆಯ ಗಾಯವನ್ನು ಕೆದಕಲು ಸಿರಿಯ ಮನಸ್ಸು ಒಪ್ಪಲಿಲ್ಲ. ಇಂಥ ಹೇಡಿಯ ನೆನಪು ಅವಳ ನೆಮ್ಮದಿಯನ್ನು ಕದಡುವುದು ಬೇಡ ಎಂದು ನಿರ್ಧರಿಸಿದಳು.

"ಏನಿಲ್ಲಮ್ಮ, ಯಾವುದೋ ಹಳೇ ಕಾಗದ," ಎಂದು ಸುಳ್ಳು ಹೇಳಿ, ಆ ಚೀಟಿಯನ್ನು ಮುದುಡಿ ಬೆಂಕಿಗೆ ಹಾಕಿದಳು. ಆ ಕಾಗದ ಉರಿದು ಬೂದಿಯಾಗುವುದರೊಂದಿಗೆ ರವಿಯ ಕೊನೆಯ ಅಸ್ತಿತ್ವವೂ ಸುಟ್ಟುಹೋಯಿತು.

ಆದರೆ ಸಿರಿಯ ಮನಸ್ಸಿನಲ್ಲಿ ಆ ಕ್ಷಣ ಒಂದು ವಿಚಿತ್ರ ಕೃತಜ್ಞತೆ ಮೂಡಿತ್ತು. 'ನೀನು ಅಂದು ಮಾಡಿದ ದ್ರೋಹದಿಂದಲೇ ನನ್ನಮ್ಮ ಇಷ್ಟು ಗಟ್ಟಿಯಾದಳು. ನಿನ್ನ ಹೇಡಿತನವೇ ಅವಳನ್ನು ಸ್ವಾಭಿಮಾನಿಯನ್ನಾಗಿ ಮಾಡಿತು. ಅದಕ್ಕಾಗಿ ನಿನಗೊಂದು ಧನ್ಯವಾದ,' ಎಂದು ಮನಸ್ಸಿನಲ್ಲೇ ಅಂದುಕೊಂಡಳು.

ಇತ್ತ ಗೌರಿ, ಮಗಳು ಸುಳ್ಳು ಹೇಳುತ್ತಿದ್ದಾಳೆಂದು ತಿಳಿದರೂ ಸುಮ್ಮನಿದ್ದಳು. ಬೆಳಿಗ್ಗೆ ಇನ್ಸ್‌ಪೆಕ್ಟರ್ ಫೋನಿನಲ್ಲಿ 'ರವಿ' ಮತ್ತು 'ಸುಮಾ' ಎಂಬ ಹೆಸರುಗಳನ್ನು ಪ್ರಸ್ತಾಪಿಸಿ, ಆತನ ಬಲಗಾಲು ವಕ್ರವಾಗಿದೆ ಎಂದಾಗಲೇ, ಆ ಮುರುಕು ದೇಹದೊಳಗೆ ಮಣ್ಣಾಗಿದ್ದವನು ತನ್ನ ಗತಕಾಲದ ದ್ರೋಹಿ 'ರವಿ' ಎಂಬ ಸತ್ಯ ಗೌರಿಗೆ ಸ್ಪಷ್ಟವಾಗಿತ್ತು. ಆದರೆ ಅವಳು ಆ ಸತ್ಯವನ್ನು ಸಿರಿಯಿಂದ ಮುಚ್ಚಿಟ್ಟಿದ್ದಳು.

'ನನ್ನ ಮಗಳಿಗೆ ತನ್ನ ತಂದೆ ಯಾರೆಂದು ಈಗ ತಿಳಿಯುವ ಅಗತ್ಯವಿಲ್ಲ,' ಎಂದು ಗೌರಿ ಮನಸ್ಸಿನಲ್ಲೇ ಅಂದುಕೊಂಡಳು. 'ಒಬ್ಬ ಹೇಡಿಯಾಗಿ, ಭಿಕಾರಿಯಾಗಿ ಸತ್ತವನು ಅವಳ ಅಪ್ಪ ಎಂಬ ಕೀಳರಿಮೆ ಅವಳಿಗೆ ಬೇಡ. ಅವನು ಮಾಡಿದ ದ್ರೋಹ ಏನೇ ಇರಲಿ, ಕೊನೆಗಾಲದಲ್ಲಿ ನಮ್ಮದೇ ಅನ್ನ ತಿಂದು ಋಣ ತೀರಿಸಿಕೊಂಡಿದ್ದಾನೆ. ಅವನ ಪಾಪಗಳು ಈ ಬೆಂಕಿಯಲ್ಲೇ ಸುಟ್ಟುಹೋಗಲಿ. ನನ್ನ ಮಗಳ ಭವಿಷ್ಯಕ್ಕೆ ಈ ಹೇಡಿಯ ನೆರಳು ಸೋಕದಿರಲಿ.'

ತಾಯಿಗೆ ಮಗಳ ನೆಮ್ಮದಿಯ ಕಳಕಳಿ, ಮಗಳಿಗೆ ತಾಯಿಯ ಮೇಲಿನ ಕಾಳಜಿ. ಇಬ್ಬರೂ ಸತ್ಯ ತಿಳಿದಿದ್ದರೂ, ಒಬ್ಬರಿಗೊಬ್ಬರು ಬಿಟ್ಟುಕೊಡದೆ ಆ ಉರಿಯುವ ಚಿತೆಯ ಮುಂದೆ ಮೌನವಾಗಿ ನಿಂತಿದ್ದರು. ಅವರ ಆ ಮೌನದಲ್ಲೇ ಒಂದು ದೊಡ್ಡ ಗೆಲುವಿತ್ತು.

ಮರುದಿನ ಅಸ್ಥಿ ವಿಸರ್ಜನೆಯ ಸಮಯ. ರವಿಯ ಬೂದಿಯನ್ನು ಸಮುದ್ರಕ್ಕೆ ಸೇರುವ ನದಿಯ ನೀರಿನಲ್ಲಿ ಬಿಡುತ್ತಾ, ಸಿರಿ ಮೌನವಾಗಿ ನುಡಿದಳು: "ನಿನ್ನ ಇಡೀ ಜೀವನದಲ್ಲಿ ನೀನು ಬರೀ ಓಡಿದೆ... ಜವಾಬ್ದಾರಿಯಿಂದ, ಸತ್ಯದಿಂದ, ಹೆಂಡತಿ ಮಕ್ಕಳಿಂದ, ಕಡೆಗೆ ನಿನ್ನಿಂದಲೇ ನೀನು ಓಡಿದೆ. ಈಗ ನಿನ್ನನ್ನು ಈ ಹರಿಯುವ ನೀರಿನಲ್ಲಿ ಬಿಡುತ್ತಿದ್ದೇನೆ ,ಕಡಲನ್ನು ಸೇರುವವರೆಗೂ ನಿರಂತರವಾಗಿ ಓಡುತ್ತಲೇ ಇರು."

ಗೌರಿ ಮತ್ತು ಸಿರಿ ಕೈ ಮುಗಿದು ಅಲ್ಲಿಂದ ತಿರುಗಿ ನಡೆದರು. ಎಷ್ಟೇ ತುಳಿದರೂ ಸಾಯದೆ, ಒಣಗಿದರೂ ಕಮರದೆ, ಮಳೆಯ

ಒಂದೇ ಹನಿಗೆ ಮತ್ತೆ ಹಸಿರಾಗಿ ನಗುವ 'ಗರಿಕೆ'ಯಂತೆ ಗೌರಿಯ ಬದುಕು ಈಗ ಪೂರ್ತಿಯಾಗಿ ಅರಳಿತ್ತು. ಅವರ ಮುಂದೆ ದೀರ್ಘವಾದ ಬದುಕು ಹರಡಿಕೊಂಡಿತ್ತು. ಕಡಲ ಅಲೆಗಳು ದಡಕ್ಕೆ ಬಂದು ಹಿಂದಿರುಗುವಂತೆ, ಹಳೆಯ ನೆನಪುಗಳು ಬಂದು ಹೋಗುತ್ತಿದ್ದವು. ಆದರೆ ಬದುಕು ಮಾತ್ರ ಗರಿಕೆಯ ಹಸಿರಿನಂತೆ ನಿಲ್ಲದೆ ಮುಂದುವರೆಯುತ್ತಿತ್ತು.

www.ingramcontent.com/pod-product-compliance
Lightning Source LLC
LaVergne TN
LVHW100325210926
848480LV00003B/1254
* 9 7 9 8 9 0 4 7 9 0 1 9 6 *